मनोगत

तृतीय वर्ष कला शाखेच्या जनरल राज्यशास्त्र विषयासाठी (जी-३) 'महाराष्ट्रातील स्थानिक स्वराज्य संस्था' हा नवीन अभ्यासक्रम २०२१ पासून आहे. स्थानिक स्वराज्य संस्था स्थानिक विकासामध्ये तसेच स्थानिक जनतेला सेवा-सुविधा पुरविण्यामध्ये महत्त्वपूर्ण भूमिका बजावतात. स्थानिक स्वराज्य संस्था म्हणजे काय? त्याचा विकास त्यांची रचना, अधिकार व कार्ये, स्थानिक नेतृत्व, विकास, स्थानिक शासनाच्या संदर्भातील शासनाने नेमलेल्या समित्या, स्थानिक शासनासंदर्भात झालेल्या घटनादुरुस्त्या या सर्व मुद्द्यांचा या पुस्तकात समावेश केलेला आहे. महाराष्ट्र लोकसेवा आयोगामार्फत घेतल्या जाणाऱ्या स्पर्धा परिक्षांची तयारी करू इच्छिणाऱ्या विद्यार्थ्यांनादेखील हे अभ्यास-साहित्य अत्यंत उपयोगाचे आहे. साध्या, सोप्या व सहजपणे आकलन होईल, अशा पद्धतीने विषयांची मांडणी करण्याचा प्रयत्न केलेला आहे. हे अभ्यास साहित्य आहे. हे अभ्यास साहित्य तयार करण्यासाठी अनेक पुस्तकाचा आधार घेतलेला आहे. तसेच राज्यशास्त्र कोशामधील साहित्याचादेखील आधार घेतलेला आहे.

तृतीय वर्ष कलाशाखेच्या विद्यार्थ्यांचा ज्ञान-व्यवहार सोपा व सुखकर होईल तसेच त्यांना शिक्षणाचा आनंद मिळेल, असे हे पुस्तक आहे. राज्यशास्त्र विषयाखेरीज सामान्य पातळीवरील विद्यार्थ्यांना हा अभ्यासक्रम समजेल, असे हे पुस्तक आहे. या पुस्तकातून विद्यार्थ्यांना विषयाचे ज्ञान व कौशल्य मिळणार असून, शिवाय समकालीन संदर्भातील ज्ञान देण्याचा प्रयत्नही केला गेला आहे. डॉ. नितीन बिरमल (डॉ. आंबेडकर महाविद्यालय, येरवडा, पुणे) व डॉ. प्रकाश पवार (प्राध्यापक, राज्यशास्त्र विभाग, शिवाजी विद्यापीठ, कोल्हापूर) यांनी संदर्भ मुद्दे सुचविले आहेत. त्याबद्दल मी त्यांचे आभार मानते. असे वेगळ्या पद्धतीचे अभ्यास-साहित्य छापण्याची जबाबदारी डायमंड पब्लिकेशन्सचे श्री. दत्तात्रेय पाष्टे यांनी घेतली, त्याबद्दल मी त्यांची आभारी आहे.

डॉ. वैशाली पवार

लेखक-परिचय

- **डॉ. वैशाली प्रकाश पवार**

पुणे विद्यापीठातील 'राज्यशास्त्र व लोकप्रशासन विभाग' येथून पदव्युत्तर एम.ए.चे शिक्षण पूर्ण केले. 'पिंपरी-चिंचवड शहराचे राजकारण' हा विषय घेऊन एम.फिल. पदवी मिळवली. त्यानंतर 'पश्चिम महाराष्ट्रातील महापालिकांचे राजकारण' या विषयाचा सखोल अभ्यास करून पुणे विद्यापीठातर्फे पीएच.डी. ही पदवी प्राप्त केली.

अखिल भारतीय मराठा शिक्षण परिषदेचे श्री. शाहू मंदिर महाविद्यालय, पर्वती, पुणे येथे सध्या 'राज्यशास्त्र व लोकप्रशासन' या विषयाच्या विभागप्रमुख व सहयोगी म्हणून कार्यरत आहेत. महिलांचा सत्तासंघर्षाचा आलेख, भारताचे शासन व राजकारण, भारतीय राज्यघटनेची ओळख, राजकीय विचारप्रणालींची ओळख, पश्चिमात्य राजकीय विचार, आधुनिक भारतीय राजकीय विचार, राजकीय विचारप्रणाली या पुस्तकांच्या त्या लेखिका आहेत.

समाजप्रबोधन पत्रिका, पुरोगामी सत्यशोधक व परिवर्तनाचा वाटसरू, मुराळी, सगुणा या मासिकांमध्ये हे लेख प्रसिद्ध झालेले आहेत.

'महाराष्ट्र विधानसभा पातळीवरील महिला नेतृत्वाचा अभ्यास' हा बीसीयुडी, सावित्रीबाई फुले पुणे विद्यापीठ यांच्या सहकार्याने मायनर संशोधन प्रकल्प पूर्ण केला आहे. तसेच विद्यापीठ अनुदान आयोग, नवी दिल्ली यांच्या सहकार्याने "Non Brahmin Movement and R. N. Chavan" हा मेजर संशोधन प्रकल्प पूर्ण केला आहे.

सावित्रीबाई फुले पुणे विद्यापीठ-तृतीय वर्ष कला शाखेच्या (T.Y.B.A.)
२०२१-२२च्या सुधारित अभ्यासक्रमानुसार (CBCS पॅटर्न) लिहिलेले क्रमिक पुस्तक
तसेच महाराष्ट्रातील इतर सर्व विद्यापीठांना उपयुक्त.

महाराष्ट्रातील स्थानिक स्वराज्य संस्था

(सेमिस्टर ५ व ६)

Local Self Government in Maharashtra

(Semester V and VI)

डॉ. वैशाली पवार

डायमंड पब्लिकेशन्स

महाराष्ट्रातील स्थानिक स्वराज्य संस्था
डॉ. वैशाली पवार

Maharashtratil Sthanik Swarajya Sanstha
Dr. Vaishali Pawar

प्रथम आवृत्ती : २०२१

ISBN : 978-93-91948-08-5

मुखपृष्ठ
शाम भालेकर

अक्षरजुळणी
'अक्षरवेल', दत्तवाडी, पुणे – ४११०३०

प्रकाशक
डायमंड पब्लिकेशन्स
२६४/३ शनिवार पेठ, ३०२ अनुग्रह अपार्टमेंट
ओंकारेश्वर मंदिराजवळ, पुणे–४११ ०३०
☎ ०२०–२४४५२३८७, २४४६६६४२
info@dpbooks.in

ऑनलाईन पुस्तक खरेदीसाठी भेट द्या
www.dpbooks.in

अनुक्रम

सेमिस्टर ५

सेमिस्टर ६

सेमिस्टर ५

प्रकरण १

स्थानिक शासनसंस्थेचा विकास किंवा उत्क्रांती

(Evolution of Local Self Government)

अ) **ब्रिटिश कालखंडातील पंचायतराजची पार्श्वभूमी**
(Background of Panchayati Raj in British Era)

ब) **सामूहिक विकास कार्यक्रम – १९५२**
(Community Development Programme - 1952)

क) **बलवंतराय मेहता समिती – १९५७**
(Balavantrai Mehta Committee - 1957)

स्थानिक शासन

एकाच देशामधील गाव, तालुका शहर किंवा तत्सम विशिष्ट क्षेत्रापुरते मर्यादित असलेले शासन म्हणजे 'स्थानिक शासन' होय. राष्ट्रीय किंवा घटक राज्याच्या शासनाद्वारे साध्या कायद्याने स्थानिक शासन निर्माण केले जाते. सार्वजनिक ध्येय-धोरण ठरविण्याचा मर्यादित अधिकार स्थानिक शासनाला आहे. त्यातल्या विशिष्ट प्रदेशातील लोकांच्या दैनंदिन गरजा विचारात घेऊन त्यांना सार्वजनिक सेवा व सुविधा उपलब्ध करून देणे आणि स्थानिक क्षेत्राचा विकास करणे, ही स्थानिक शासनाची प्रमुख ध्येये असतात. स्थानिक नेतृत्व उदयाला यावे, नागरिकांना कारभारात सहभागी होता यावे, अधिकारांचे विकेंद्रीकरण व्हावे इत्यादी हेतू स्थानिक शासनाच्या निर्मितीमागे असतात. स्वातंत्र्यपूर्वकाळात भारतात मर्यादित प्रमाणात स्थानिक शासनाची निर्मिती झालेली होती. परंतु स्वातंत्र्योत्तर काळात ग्रामस्वराज्य व ग्रामविकास या उद्दिष्टांच्या पूर्ततेसाठी 'पंचायतराज' निर्माण करण्याचे धोरण आखले गेले.

लोकशाही प्रक्रियेचा एक भाग म्हणून, तसेच प्रशासकीय सोय म्हणूनही

स्थानिक शासन हे सर्वत्र अस्तित्वात असलेले दिसते; मात्र जिथे निव्वळ प्रशासकीय सोय म्हणून असे शासन स्थापन केले जाते, तेथे स्थानिक शासनांकडे फक्त अंमलबजावणीविषयक अधिकारच असतात, लोकशाहीचा एक भाग म्हणून स्वायत्त स्थानिक शासनाच्या निर्मितीवर भर दिला जातो, मात्र आर्थिक उत्पन्नाची मर्यादित साधने व तुटपुंजी साधनसामग्री यासारख्या समस्या स्थानिक शासनाला भेडसावतात. (राज्यशास्त्र कोश, १९८७ : ३७५, ३७६)

स्थानिक शासनाच्या व्याख्या

१) **एनसायक्लोपिडिया ऑफ ब्रिटानिका :** स्थानिक शासन म्हणजे राज्यापेक्षा मर्यादित असलेल्या प्रदेशांतर्गत निर्णय घेण्याचा व तो अंमलात आणण्याचा अधिकार होय. निर्णय व अंमलबजावणी स्वातंत्र्यावर भर असणे हे स्थानिक शासनाचे महत्त्वाचे लक्षण आहे.

२) **आशिर्वादम् यांच्या मते,** 'स्थानिक शासन ही केंद्र सरकारच्या किंवा राज्य सरकारच्या कायद्याद्वारे निर्मित; अशा प्रकारची शासकीय संस्था आहे, की ज्यात शहर किंवा गाव यासारख्या एका क्षेत्रातील जनतेद्वारे निवडलेले प्रतिनिधी असतात. आणि जे आपल्या अधिकारक्षेत्राच्या मर्यादेत प्रदत्त अधिकाराचा वापर लोककल्याणासाठी करत असतात.'

३) **के. व्यंकटरंगय्या यांच्या मते,** 'स्थानिक स्वशासन म्हणजे लोकवस्तीचे (खेडे, शहर किंवा राज्यापेक्षा मर्यादित विभाग) प्रशासन होय, जे स्थानिक लोकांच्या प्रतिनिधींनी साकार झालेल्या मंडळाद्वारे केले जाते. या मंडळास व्यापक प्रमाणावर स्वायत्तता असते. हे प्रशासन स्थानिक कराद्वारे काही प्रमाणात का होईना आपल्या आर्थिक उत्पन्नात भर टाकते व उत्पन्नाचा विनियोग जनतेसाठी स्थानिक स्वरूपाच्या सेवा उपलब्ध करून देण्यासाठी करते; या सेवा, राज्य किंवा केंद्र सेवेपेक्षा भिन्न असतात.'

४) **सी. जे. फ्रेहरिकच्या मते,** 'सरकारच्या कायद्याने ठरविलेल्या नमुन्यानुसार स्थानिक पातळीवर कार्यरत असणारी स्थानिक समाजाची प्रशासकीय व्यवस्था म्हणजे स्थानिक शासन होय.'

५) **जॉन क्लार्कच्या मते,** 'स्थानिक शासन म्हणजे देशाच्या किंवा घटक राज्याच्या शासनाचा एक भाग, जो विशिष्ट भागातील रहिवाशांचे नागरी प्रश्न सोडवितो. असे प्रश्न सोडविण्यासाठी आवश्यक असलेली सत्ता व अधिकार त्याला देशातील केंद्र किंवा घटक सरकारने दिलेले असतात.

६) **एल. गोल्डिंग यांच्या मते,** 'स्थानिक लोकांचे प्रश्न सोडविणारी स्थानिक व्यवस्था म्हणजे स्थानिक शासन होय.'

वरील व्याख्यांचा अभ्यास केल्यास काही महत्त्वाचे मुद्दे लक्षात येतात.

१) स्थानिक शासनाचे कार्यक्षेत्र मर्यादित असते.

२) स्थानिक शासन राज्याच्या प्रशासनाचा एक घटक असते.

३) राज्याने कायद्यानुसार ठरवून दिलेल्या क्षेत्रात स्थानिक शासन स्वायत्त व स्वतंत्र असते.

४) स्थानिक शासनाचे स्वत:पुरते वेगळे कायदे व नियम असतात.

५) आपल्या अधिकार क्षेत्रातील प्रश्नासंबंधी निर्णय घेऊन ते अमलात आणण्याच्या बाबतीत स्थानिक शासन स्वत: पुढाकार घेते.

६) स्थानिक विकासाचे महत्त्वाचे कार्य स्थानिक शासन करते.

थोडक्यात, आपल्या गावाचे, शहराचे नागरी प्रश्न आपण स्वत:च पुढाकार होऊन सोडविणे म्हणजे स्थानिक शासन होय.

अ) ब्रिटिश कालखंडातील पंचायतराजची पार्श्वभूमी

(Background of Panchayati Raj in British Era)

प्रस्तावना

आधुनिक प्रकारच्या स्थानिक शासनसंस्था सतराव्या शतकात सुरू झाल्या; मात्र भारतातील स्थानिक शासनाचा इतिहास फार जुना आहे. वैदिक काळापासून स्थानिक संस्था अस्तित्वात होत्या. ग्रामपंचायती विकसित झालेल्या होत्या. या संस्थांच्या विकासांचा इतिहास हा चढउतारांचा इतिहास आहे. भारतातील स्थानिक शासनाच्या इतिहासातील विकासाचे टप्पे खालीलप्रमाणे सांगता येतात -

ब्रिटिश कालखंडातील पंचायतराजची पार्श्वभूमी

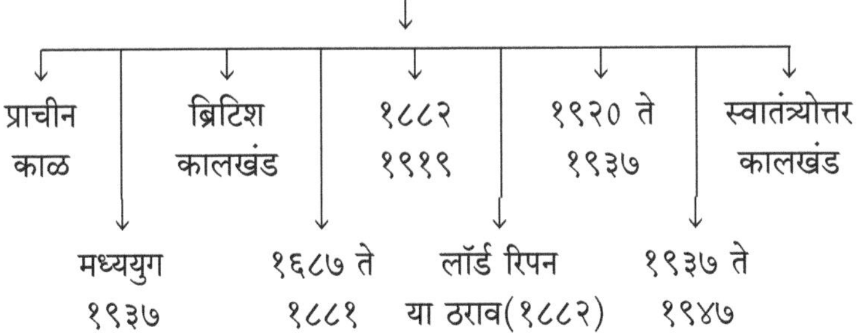

१) प्राचीन काळ

प्राचीन काळापासून भारतात स्थानिक संस्था विकसित झालेल्या होत्या. भारतीय प्रशासनात गाव हे पायाभूत घटक आहे. ग्रामीण व शहरी भागात वेगवेगळ्या स्थानिक संस्था होत्या. या संस्था सार्वजनिक दिवाबत्तीची सोय, घरबांधणी, धर्मशाळा, पाणीपुरवठा इत्यादी कामे नियोजनबद्धरितीने करीत. शिवाय स्वसंरक्षणाची व्यवस्था करीत. चार्लस मेटका याने या संस्थाबाबत लिहिले आहे की, 'सर्वकाही नष्ट झाले, पण या संस्था नष्ट झाल्या नाहीत. राजकीय सत्ता एकापाठोपाठ आल्या आणि नष्ट झाल्या. राजकीय क्रांतीनंतर क्रांत्या झाल्या. हिंदू, मराठा, मोगल, शीख, इंग्रज हे राज्यकर्ते एकामागून एक आले; पण ग्रामीण संस्था अबाधित राहिल्या. संकटकाळात त्या शस्त्रास्त्रे तयार ठेवीत. आपल्या भागातील किल्ले बंद ठेवीत व शस्त्राने तोंड देण्यात अपयश येताच ते पळून जात व संकट टळून जाताच परत येत आणि आपल्या कामाला लागत.'

प्राचीन काळात 'खेडे' हा शासनाचा आधार होता. वैदिक काळात खेडे जणू काय गणराज्यच होते. त्यात न्यायदान आणि प्रशासन ही कामे केली जात होती. 'खेडे' हा राज्यकारभाराचा महत्त्वाचा व प्रमुख घटक मानला जात असे. ऋग्वेद काळात ग्रामसभेचा उल्लेख आढळतो. मनुस्मृती या ग्रंथात राजा व खेड्याच्या परंपरा यासंबंधीची चर्चा केलेली आहे. कौटिल्याने लिहिलेल्या अर्थशास्त्र या ग्रंथात खेड्याची रचना, प्रशासन व ग्रामपंचायतीचे महत्त्व याबाबत माहिती सापडते. मौर्यकाळात भोज आणि आंध्र या प्रदेशात स्थानिक शासन विकसित झाले होते, असे तिथे सापडलेल्या शिलालेखावरून स्पष्ट होते. अर्थशास्त्रामध्ये खेडी सर्वात तळाचा घटक होता असा उल्लेख आहे. खेड्याचा प्रमुख ५ ते १० गावांचा प्रमुख अधिकारी असे.

प्राचीन काळात प्रत्येक गावात एक न्यायपंचायत होती. तिच्यामार्फत न्यायदानाचे कार्य केले जात असे. ब्रिटिशांच्या आगमनापर्यंत ही न्यायपंचायत पद्धती अस्तित्वात होती. न्यायदानाबरोबरच ही पंचायत ग्रामसंरक्षण, शांतता सुव्यवस्था राखणे, जमीन महसूल गोळा करणे, इत्यादी कामेही करीत. त्याचबरोबर लोकहिताचीही अनेक कामे उदा. विहिरी व पाटबंधारे बांधणे, तळी खोदणे, रस्ते बांधणे यासारखी कामे यासंस्थेमार्फतच पार पाडली जात. दुष्काळ, नैसर्गिक आपत्तीच्या काळात त्याच्या निवारणार्थ इतरही कामे पंचायतीकडून पार पाडली जात.

मॅगस्थेनसने इ. स. पूर्वी तिसऱ्या शतकातील नगरप्रशासनाचे वर्णन केलेले आहे. ग्रामप्रशासनापेक्षा नगरांचे प्रशासन वेगळे होते. राजधानीच्या शहरांना विशेष महत्त्व होते.

२) मध्ययुग

मोगल काळात जिल्हा, प्रांत व खेडी अशी विभागणी केलेली होती. या काळात ग्रामपंचायती अनेक कामे करीत. पाटील, पटवाली व चौधरी हे तीन प्रकारचे अधिकारी खेड्यात असत. सरकारचे प्रतिनिधी पंचायतीशी सल्लामसलत करीत असत.

३) ब्रिटिश कालखंड

स्थानिक शासनाची संघटना व कार्यपद्धती ही ब्रिटिशांची देणगी आहे. ब्रिटिशांनी पूर्वीची स्थानिक शासनपद्धती नष्ट करून नवीन शासनपद्धती भारतात अमलात आणली. आधुनिक अर्थाने खऱ्या स्थानिक शासनाचा पाया ब्रिटिशांनी घातला. परंतु त्यामुळे खेड्याची एकात्मता धोक्यात आली. रचनावार पद्धतीमुळे सरकारचे व शेतकऱ्यांचे संबंध प्रस्थापित झाले व ग्रामसभा व ग्रामपंचायती यांच्याशी असलेले संबंध ब्रिटिश कालखंडापासून निर्माण झालेले दिसून येतात. त्याच्या विकासातील टप्पे खालीलप्रमाणे–

१) १६८७ ते १८८१ :

ब्रिटिश इस्ट इंडिया कंपनीच्या काळात मद्रासला १६८७ साली महानगरपालिका स्थापन झाली. तिची रचना ब्रिटीश पद्धतीप्रमाणे होती. तिचे अधिकार आणि कार्य स्पष्ट केलेली होती. पुढे १७९३ मध्ये मुंबई आणि कलकत्ता येथे महानगरपालिकांची स्थापना झाली व त्यामुळे शहरांची स्वच्छता, रस्तेदुरुस्ती इत्यादी कामे स्पष्ट केली. १८५० च्या कायद्यामध्ये संपूर्ण भारतामध्ये स्थानिक शासनाची व्यवस्था करण्याची तरतूद करण्यात आली. तसेच, अप्रत्यक्ष करांची व्यवस्था करण्यात आली.

१८६० पर्यंत भारतामध्ये बहुतेक सर्व महत्त्वाच्या शहरात नगरपालिका स्थापन झाल्या. १८६२ च्या कायद्याने नगरपालिकेच्या कामात बदल झाले. लॉर्ड लॉरेन्सने स्थानिक संस्थांच्या विकासाला गती दिली. तसेच १८७० मध्ये लॉर्ड मेयोने विकेंद्रीकरणाबाबत एक ठराव मांडला. या ठरावाचे मुख्य उद्दिष्ट केंद्रशासनाकडून प्रांत शासनाकडे सत्तेचे विकेंद्रीकरण करणे हे होते. या ठरावानुसार केंद्रशासनाची काही खाती प्रांतशासनाकडे सोपविली गेली. त्यात स्थानिक शासनावर भर दिला होता. त्यापुढील ४ वर्षात अनेक प्रांतांमध्ये नगरपालिकांबाबत कायदे झाले. नगरपालिकांचे क्षेत्र वाढले. त्यात निर्वाचनपद्धती अमलात आणली गेली. या संस्थाकडे आरोग्य, शिक्षण, बांधकाम इत्यादी विषय सोपविण्यात आले व स्थानिक संस्थाच्या निवडणुका प्रत्यक्षपणे घेण्याची

शिफारस करण्यात आली. तसेच या संस्थांचे उत्पन्न वाढविण्यावर भर देण्यात आला.

या कामात भारतीय लोकांना सहभागी करून घेणे यावर भर दिला गेला. हळूहळू लोक आपले प्रश्न सोडविण्यासाठी सहभागी होऊ लागले.

१६८७ - मद्रास महानगरपालिकेची स्थापना
१७२५ - मुंबई, मद्रास व कालकत्ता शहरांसाठी 'मेयर कोर्ट' ची स्थापना
१७९३ - मुंबई, कालकत्ता महानगरपालिका स्थापना
१८०१ - मुर्शिदाबाद, डाक्का, बनारस इ. शहरांमधील स्थानिक संस्थांना 'स्थानिक कर' बसविण्याचा अधिकार.
१८४२ - बंगाल नगरपालिका कायदा संमत
१८५० - नागरपालिका कायदा संमत
१८७० - लॉर्ड मेयो विक्रेंद्रीकरण योजना

२) १८८२ ते १९१९ :

१८८० पर्यंत स्थानिक प्रशासन पूर्णपणे अभारतीय होते. ते स्थानिक नव्हते आणि प्रशासनही नव्हते. परंतु याच काळात भारतीय जनतेत राजकीय जागृती झाली होती. लोकांच्या आशा, आकांक्षा वाढल्या होत्या. त्यामुळे स्थानिक शासनामध्ये त्याच्या विचारामध्ये परिवर्तन झाले होते. तसेच १८८२ मध्ये स्थानिक शासनामध्ये परिवर्तन झाले होते. १८८२ मध्ये स्थानिक शासनाच्या संदर्भात एक प्रस्ताव प्रसिद्ध केला गेला. या ठरावाला भारताच्या स्थानिक शासनाच्या इतिहासात महत्त्वपूर्ण स्थान आहे. या ठरावात स्थानिक शासनाच्या विविध बाजूंवर प्रकाश टाकण्याचा प्रयत्न केलेला आहे.

३) लॉर्ड रिपनचा ठराव :

१८८० मध्ये आलेले गव्हर्नर जनरल लॉर्ड रिपन हे उदारमतवादी होते. त्यांनी भारतीय जनतेला खूश ठेवण्यासाठी स्थानिक शासनाच्या विकासाला उत्तेजन दिले. त्यांनी १८८२ मध्ये स्थानिक शासनाला योग्य अर्थाने स्व-शासन बनविण्याचा निर्णय घेतला. हा ठराव (१८ मे १८८२) लॉर्ड रिपनचा ठराव म्हणून ओळखला जातो. या कारणामुळे स्थानिक शासनाच्या इतिहासात

लॉर्ड रिपन हे नाव मोठ्या आदराने घेतले जाते. खऱ्या अर्थाने स्वातंत्र्य प्राप्तीनंतरच्या 'स्थानिक शासनपद्धतीचे जनक' लॉर्ड रिपनच होते. त्यांना इंग्लंडमधील शासनाचा मोठा अनुभव होता. त्यांचे असे मत होते की, स्थानिक शासन हे राजकीय लोकशिक्षणाचे साधन होते. (एस.आर. महेश्वरी). भारतीयांना स्वराज्याकडे वाटचाल करताना सहाय्यभूत ठरेल व त्यामुळे नागरिक आपली जबाबदारी चांगल्या प्रकारे समजू शकतील. शासनव्यवस्था अधिक चांगली होईल, असे त्यांचे विचार होते. रिपनच्या मते, स्थानिक संस्थांमध्ये निर्वाचित सदस्य अधिक असावेत व या संस्था सरकारी नियंत्रणापासून मुक्त असाव्यात. भारतात सर्वत्र स्थानिक स्वराज्य संस्था प्रस्थापित करून त्यांना आर्थिक बाबतीत स्वयंपूर्ण बनवावे, असा रिपनचा विचार होता. या विचारांच्या पूर्ततेसाठी त्यांनी १८ मे १८८२ मध्ये स्थानिक शासनाच्या संदर्भात एक प्रस्ताव मांडला. या ठरावाला भारताच्या स्थानिक शासनाच्या इतिहासात महत्त्वपूर्ण स्थान आहे. या ठरावात स्थानिक शासनाच्या विविध बाजूंवर प्रकाश टाकण्याचा प्रयत्न केला होता.

ठरावातील तरतुदी

१) **निर्वाचित सदस्यसंख्या :** ठरावात म्हटले होते की, स्थानिक स्वराज्य शासनाची स्थापना केवळ प्रशासनाच्या सोयीसाठी करण्यात येत नसून जनतेला मुख्यतः हा व्यावहारिक व राजकीय शिक्षण देण्याच्या उद्देशाने केली जात आहे. यामुळे जनतेचे प्रशासकीय ज्ञान वाढेल व प्रशासन कार्यक्षम ठेवता येईल. या संस्था अधिकाधिक लोकाभिमुख व्हाव्यात म्हणून त्यातील निर्वाचित सदस्यसंख्या वाढवली पाहिजे. स्थानिक शासन संस्थाचे अध्यक्ष व सदस्य प्रामुख्याने निर्वाचित व बिनसरकारी असावेत.

२) **रूपरेषा :** ठरावामध्ये संपूर्ण देशासाठी स्थानिक स्वराज्य शासनाची रूपरेषा देण्यात आली होती. प्रांतिक सरकारांना आदेश देण्यात आले होते की त्यांनी आपापल्या क्षेत्रात निश्चित जबाबदाऱ्या व स्वतंत्र आर्थिक साधने असणाऱ्या संस्थांची स्थापना करावी. प्रत्येक मंडळाचे किंवा संस्थेचे अधिकारक्षेत्र इतके मर्यादित असावे की प्रत्येक सभासदाला स्थानिक परिस्थिती व स्थानिक हित यांची माहिती होऊ शकते. नागरी व ग्रामीण अशा दोन्ही क्षेत्रातील स्थानिक संस्थांमध्ये बिगर सरकारी तसेच निर्वाचित सभासदाचे स्पष्ट बहुमत असावे. कोणत्याही परिस्थितीत स्थानिक सभासदांची संख्या १/३ पेक्षा जास्त नसावी. ज्या ठिकाणी शक्य असेल त्या ठिकाणी स्थानिक संस्थांच्या सभासदाची

निवड निर्वाचित पद्धतीने करण्यात यावी. सरकारी व्यक्ती या संस्थांमधून नेमल्या जातील. त्यांना या संस्थांचे नोकर मानले जाईल व त्याच्यावर स्थानिक संस्थांचे नियंत्रण असेल. स्थानिक संस्थांमध्ये प्रत्यक्ष निवडणूक घेण्याची पद्धत लवकर सुरू करावी व ही पद्धत सर्व प्रांतासाठी सारखी असावी. प्रत्येक प्रांताने आपल्या सोयीनुसार व अनुभवाच्या आधारे निवडणुकीची पद्धत ठरवावी. जनतेची चांगल्या प्रकारे सेवा करणाऱ्यांना सरकारतर्फे 'रावसाहेब', 'रावबहादूर' अशा पदव्या देऊन गौरव करावा. त्यामुळे त्यांचे मनोधैर्य वाढेल व इतरांनाही त्यापासून प्रेरणा मिळेल. नव्याने स्थापन झालेली कोणतीही संस्था चुका करीत असेल, तर नियंत्रण मंडळाने तिला सूडबुद्धीने वागवू नये तर तिच्या चुका निदर्शनास आणाव्यात.

३) **नियंत्रण :** या संस्थांच्या अंतर्गत बाबतीत प्रांतिक सरकारचे नियंत्रण असू नये. सरकारने या संस्थांचे निरीक्षण करावे. त्यांना योग्य सूचना द्याव्यात. परंतु त्याचे प्रमुख बनू नये. रिपनच्या ठरावामध्ये निरीक्षण व देखरेख करण्याच्या दोन पद्धती सुचविल्या आहेत.

संस्थेचे काही कायदे लागू करण्याबाबत, कर्ज उभारण्याबाबत, नवे कर लावण्याबाबत, संपत्तीच्या खरेदी-विक्रीबाबत आणि धर्मासंबंधीच्या प्रश्नांबाबत सरकारची पूर्वसंमती घेणे आवश्यक आहे.

प्रांतिय सरकारला स्थानिक शासनाच्या काही प्रमुख बाबतीत हस्तक्षेप करण्याचा, विशेष परिस्थितीत स्थानिक शासनाचे काही निर्णय रद्द करण्याचा व या संस्था आपली जबाबदारी पार पाडण्यात अपयशी ठरल्या असतील तर त्या बरखास्त करण्याचे अधिकार आहेत. परंतु कोणतीही संस्था पूर्णपणे रद्द करावयाची असल्यास त्याकरता भारत सरकारची किंवा केंद्र सरकारची परवानगी घ्यावी लागेल.

४) **उत्पन्नाचे मार्ग :** स्थानिक संस्थांना स्वतंत्रपणे कार्य करता यावे म्हणून स्थानिक शासनाकडे काही उत्पन्नाची साधने सोपविण्यात यावीत. या संस्थांना आर्थिक क्षेत्रात स्वातंत्र्य देण्यात यावे.

५) **सल्ला व मार्गदर्शन :** जिल्ह्यातील अभियंते जिल्हा बोर्डाला वेळोवेळी तांत्रिक सल्ला व मार्गदर्शन करतील. त्यामुळे जिल्ह्यातील महत्त्वाची कामे पार पाडणे सुलभ होईल.

६) **बिगर सरकारी व्यक्ती अध्यक्ष :** स्थानिक शासनावरील सरकारचा प्रभाव

आणि नियंत्रण कमी करण्याच्या दृष्टीने प्रांतिक सरकारांना असे आदेश देण्यात आले की जिल्हाधिकारी स्थानिक संस्थाचे पदसिद्ध अध्यक्ष राहणार नाहीत. शक्यतो, बिगर सरकारी सभासदाला हे अध्यक्षपद देण्यात यावे. अध्यक्षाची निवड लोकल बोर्डाच्या सभासदाकडून करण्यात यावी. पण जर सरकारी अधिकारी व त्याला बोर्डाचा अध्यक्ष करावयाचा असेल तर केंद्र सरकारची पूर्वपरवानगी घ्यावी लागेल. लॉर्ड रिपनच्या प्रस्तावामध्ये किंवा ठरावामध्ये असे मान्य करण्यात आले की प्रत्येक प्रांतात आपापल्या परिस्थितीनुसार ठरावातील शिफारशी अमलात आणाव्यात.

लॉर्ड रिपनचा हा ठराव खऱ्या अर्थाने प्रगतीशील होता. ब्रिटीश शासनाच्या इतिहासात स्थानिक संस्थांना प्रथमच स्वशासनाची सत्ता देण्याचा प्रयत्न करण्यात आला. लॉर्ड रिपनच्या या उदारमतवादी धोरणामुळे स्थानिक स्वराज्य संस्थांच्या सुधारणेला गती मिळाली. भारतातील स्थानिक संस्थांच्या विकासाचा भविष्यकाळातील आधार म्हणूनच हा ठराव प्रसिद्ध झाला. या संस्थांच्या विकासाच्या दृष्टीने टाकलेले हे पहिले पाऊल होते. तत्कालिन बहुतेक सर्व भारतीय नेत्यांनी ठरावाचे स्वागत केले. उदा. सुरेंद्रनाथ बॅनर्जी, गोपाळ कृष्ण गोखले, फिरोज शहा मेहता इत्यादी नेत्यांच्या मते, स्थानिक स्वशासन भारतीय नागरिकांना स्थानिक राजकारण व प्रशासन यांचे शिक्षण देत देत शेवटी राष्ट्रीय स्वशासनाकडे नेईल.

लॉर्ड रिपनचा हा ठराव उत्तम होता. तरीही दुर्देवाने प्रांतिक सरकारांनी व नोकरशाहींनी तो अमलात आणल्याबाबत फारसा उत्साह दाखविला नाही व पुढे लॉर्ड कर्झनने तर स्थानिक शासनाला विरोध करण्यास सुरुवात केली. शेवटी सरकारी अधिकारी या संस्थाच्या अध्यक्षपदांवर राहिले व १९०९ पर्यंत सरकारने नेमलेले प्रतिनिधी स्थानिक संस्थांमध्ये संख्येने अधिक राहिले.

४) १९२० ते १९३७

१९२० च्या आसपास म्हणजेच भारत प्रशासन कायद्यानंतरचा हा कालखंड होय. या कायद्याने स्थानिक स्वशासन खाते निर्वाचित मंत्र्याकडे सोपविण्यात आले. प्रत्येक प्रांतामधून स्थानिक शासनासाठी स्वतंत्र विभाग किंवा खाते सुपूर्त करण्यात आले. प्रांतिक सरकारांनी जिल्हा व नगरपालिका यांची स्थापना व संघटन याबाबतीत कायदे केले. यामध्ये प्रत्येक प्रांतातील या संस्थांची कामे व संघटन वेगवेगळे होते. तरीही स्थानिक प्रशासनाला पूर्ण प्रातिनिधिक स्वरूप देण्याचा प्रयत्न केला गेला. मताधिकार विस्तृत करावा, अध्यक्षपदावर बिनसरकारी व्यक्ती असावी. ग्रामपंचायती

स्थापन कराव्यात. स्थानिक संस्थांचे अधिकार वाढवावेत व त्यांच्यावरील सरकारी नियंत्रण कमी करावे, अशा तरतुदी केल्या गेल्या. प्रांतिक सरकारने द्विदल पद्धती अंमलात आणली. या द्विदल पद्धतीमुळे फारशी प्रगती झाली नाही. स्थानिक कर्मचाऱ्यांचे वेतन, नोकरांची भरती, नोकरीची शाश्वती याकडे लक्ष दिले गेले नाही.

५) १९३७ ते १९४७

१९३५ च्या भारत प्रशासन कायद्यात प्रांतिक शासनाबाबतचा जो भाग होता, तो १९३७ मध्ये लागू करण्यात आला. द्विदल राज्यपद्धती नष्ट झाली व प्रांतिक शासनव्यवस्था स्थापन झाली. त्याच वेळी चालू असलेल्या राष्ट्रीय आंदोलनामुळे व प्रांतिक स्वायतत्तेमुळे स्थानिक शासनाच्या स्वरूपामध्ये बदल झाला. राष्ट्रीय स्वशासनाचा एक भाग म्हणून त्याला मान्यता मिळाली. प्रातिनिधिक मंत्रिमंडळातील स्थानिक स्वशासनातील दोष त्याच्यापुढील अडचणी, यांचा अभ्यास करण्यासाठी समितीच्या शिफारशी स्वीकारल्या व याच काळामध्ये सत्ताविषयक कार्यकारी कामाची विभागणी झाली व लोकप्रतिनिधी आणि लोकसेवेचा भाग म्हणून कार्य करू लागला. या कालखंडात स्थानिक शासनाला स्थैर्य प्राप्त झाले. कारण त्यांच्या उत्पादनाच्या साधनामध्ये व अनुदानामध्ये वाढ झाली. म्हणून या संस्थांना आपल्या जबाबदाऱ्या पार पाडता येऊ लागल्या.

६) स्वातंत्र्योत्तर कालखंड

स्वातंत्र्यप्राप्तीनंतर भारतात स्थानिक शासनाच्या नव्या युगाला प्रारंभ झाला. स्वतंत्र भारतात स्थानिक शासनाला विशेष महत्त्व प्राप्त झाले. स्वातंत्र्यप्राप्तीनंतर कल्याणकारी राज्याची संकल्पना स्वीकारल्याने आर्थिक विकास व सामाजिक न्याय या दोहोंच्या प्राप्तीसाठी स्थानिक शासनाला साधन म्हणून स्विकारले. लोकशाही यशस्वी करण्यामध्ये स्थानिक संस्था महत्त्वाचे योगदान देतील, अशी सर्वांनी भूमिका घेतली. केंद्र सरकारच्या नियंत्रणाखाली परंतु स्वतंत्रपणे भारतात स्थानिक संस्था कार्यरत झाल्या. १९४८ मध्ये दिल्ली येथे भारतातील सर्व प्रांताच्या स्थानिक शासन मंत्र्याची परिषद झाली. त्याचे उद्घाटन करताना पंतप्रधान पंडित नेहरू स्थानिक शासनाच्या संदर्भात असे म्हणाले की, 'स्थानिक शासन हा लोकशाहीचा पाया आहे. लोकांना केवळ वरच्या स्तरावरील लोकशाहीची सवय झाली आहे. खालच्या स्तरावरील नाही. लोकशाहीचा पाया जोपर्यंत तुम्ही मजबूत करणार नाही तोपर्यंत वरच्या स्तरावरील लोकशाही यशस्वी होणार नाही.' भारतामध्ये १९४७ साली अनेक प्रांतांमध्ये 'पंचायतराज' कायदा करून 'ग्रामपंचायती'ची स्थापना केली गेली. ग्रामीण स्थानिक

शासनाचा मुलभूत, प्राथमिक घटक म्हणून 'ग्रामपंचायत' ही स्थानिक संस्था निर्माण करण्यात आली. तसेच भारतीय राज्यघटनेच्या कलम २४६ नुसार स्थानिक शासनाच्या संदर्भात कायदे करण्याचा अधिकार घटकराज्य विधीमंडळाला देण्यात आला. त्या शासनाबाबत नवा दृष्टिकोन स्वीकारण्यात आला. खेड्यात पंचायतीची स्थापना करण्यात आली. राज्यघटनेतील मार्गदर्शक तत्त्वामध्ये असलेल्या तरतुदींमुळे प्रत्येक घटक राज्याने स्थानिक शासनाच्या विकासाच्या दृष्टीने कायदे केले. उदा. मद्रास, जम्मू आणि काश्मीर, हैद्राबाद, मध्यप्रदेश, हिमाचल प्रदेश या राज्यांमध्ये ग्रामपंचायती स्थापन करण्याबाबत कायदे केले तर आसाम, बिहार, उत्तरप्रदेश यांनी असे कायदे यापूर्वीच केले होते.

स्थानिक शासनाच्या आर्थिक बाबींवर चर्चा व अभ्यास करण्यासाठी १९४९ मध्ये 'स्थानिक वित्तीय समिती' स्थापन करण्यात आली व तिने पुढील शिफारशी केल्या-

अ) काही प्रकारचे कर स्थानिक कर म्हणून घोषित करावे.

ब) ग्रामपंचायतीने वसूल केलेल्या जमीन महसुलापैकी १५ टक्के भाग त्यांना देण्यात यावा.

क) त्यांना अंदाजपत्रक तयार करण्याचे अधिकार देण्यात यावेत.

केंद्र सरकारमार्फत स्थानिक स्वशासनाचा विकास करण्यासाठी वेगवेगळे प्रयोग राबविले गेले. स्थानिक शासनाला सक्षम करून त्या माध्यमातून विकास कार्यक्रमाची अंमलबजावणी करण्याच्या दृष्टीने प्रयत्न केले गेले. मद्रास राज्याने 'फिरकता विकास योजना', मुंबई राज्याने 'सर्वोदय योजना' तर उत्तर प्रदेश राज्याने 'इटावा मार्गदर्शन योजनांच्या' माध्यमातून प्रयत्न सुरू केले. केंद्र सरकारने स्वत: हा राष्ट्रीय विस्तार योजना व सामूहिक विकास कार्यक्रम या योजना आखल्या. १९५७ मध्ये 'बलवंतराय मेहता समिती' नियुक्त केली. १९८९ मध्ये राजीव गांधी यांनीदेखील स्थानिक शासनाला बळकटी देण्यासंदर्भामध्ये धोरण आखले. १९९२ साली ७३ व ७४व्या घटनादुरुस्तीला संसदेने मंजूरी देऊन स्थानिक स्वराज्य संस्थाना जास्तीचे अधिकार दिले. तसेच प्रत्येक घटकाचा सहभाग स्थानिक स्वराज्य संस्थेमध्ये होईल, यादृष्टीने प्रयत्न केले. एकूणच स्वातंत्र्योत्तर कालखंडामध्ये भारतात सतत स्थानिक शासनाच्या संदर्भात निर्णय घेतले गेले. स्थानिक शासनाला जास्तीतजास्त अधिकार देऊन त्याचे सक्षमीकरण करण्याच्या दृष्टीने धोरणात्मक निर्णय घेतले गेले.

ब) सामूहिक विकास कार्यक्रम – १९५२

(Community Development Programme - 1952)

प्रस्तावना

भारतीय राज्यघटनेने सत्ताविभाजन तत्त्वाचा स्वीकार केला. केंद्राची व घटक राज्याच्या सत्तेचे विभाजन केले. राष्ट्रीयदृष्ट्या जे विषय महत्त्वपूर्ण होते ते केंद्र सरकारकडे ठेवले व स्थानिक व प्रादेशिकदृष्ट्या महत्त्वाचे असणारे विषय घटक राज्य सरकारकडे दिले. सत्ता राबविण्याच्या प्रक्रियेमध्ये स्थानिक जनतेला सहभागी करून घेता यावे म्हणून सामूहिक विकास कार्यक्रम व राष्ट्रीय विस्तार योजनांची आखणी व अंमलबजावणी केली गेली.

जवळपास भारताची ८० टक्के लोकसंख्या गावांमध्ये राहते. म्हणून गावांचा विकास झाला तरच भारताचा विकास होईल, हे निश्चित असल्यामुळे ग्रामीण समाजाला नवे ज्ञान व दृष्टी देणे गरजेचे होते. तसेच ब्रिटिशांच्या काळातील सामाजिक, आर्थिक व राजकीय परिस्थिती, संस्था यांच्यामध्येदेखील बदल करणे गरजेचे होते. केंद्र सरकारने 'पंचवार्षिक योजना' आखल्या. भारतीयांच्या अन्न, वस्त्र, निवारा या प्राथमिक गरजा भागविण्यासाठी सामूहिक विकास कार्यक्रमाद्वारे पंचवार्षिक योजना राबविण्याचे ठरविण्यात आले. सामूहिक विकास कार्यक्रम म्हणजे, ग्रामीण भागातील सामाजिक व आर्थिक परिवर्तन करणारी पद्धती होय, असे म्हटले गेले.

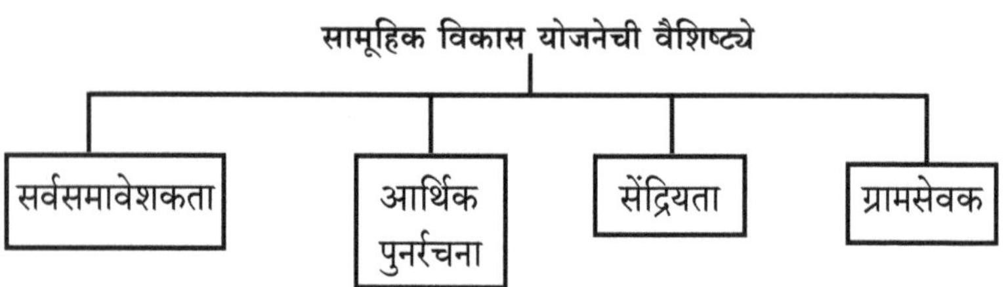

१) सर्वसमावेशकता

सामूहिक विकास योजनांतर्गत खेड्याचे सर्व प्रश्न सोडविण्याचा प्रयत्न केला जातो. गावातील लोकांच्या जीवनामध्ये सुधारणा घडवून आणणे संपूर्ण जीवन उन्नत करणे हा या सामूहिक विकास योजनेचा हेतू होता. शेती विकास, ग्रामोद्योग, हस्तकला यांची वाढ, आरोग्य सुधारणा, स्वच्छता, जलद वाहतूक ही सर्व विकासाची कामे याअंतर्गत केली जात. त्यामुळे सामूहिक विकास योजना बहुमुखी व सर्वसमावेशक होती.

२) आर्थिक पुनर्रचना

सामूहिक विकास कार्यक्रमाचे प्रमुख ध्येय 'आर्थिक पुनर्रचना' हे होते. शेतीवरील अवलंबित्व कमी करणे व इतर उद्योगांना प्रोत्साहन देणे, याचाच अर्थ ग्रामीण व कुटिरोद्योगांना यामधून चालना दिली गेली.

३) सेंद्रियता

सेंद्रियता याचा अर्थ लोकांनी ही योजना स्वत:साठी आहे, असे मानून त्यामध्ये सहभाग घेणे होय. लोक स्वत:हून या योजनेत सहभागी झाल्याने ही योजना यशस्वी होण्याबरोबरच लोकांचादेखील विकास होणार असल्याने स्वबळावर त्यांना त्यांचा विकास साधता येईल. आपणच आपल्या भविष्याचे निर्माते आहोत, अशी भावना निर्माण होऊन त्यांच्यात आत्मविश्वास वाढेल. व्यक्तीगत जबाबदारीची भावना वाढीस लागेल व योग्य दिशेने प्रयत्न करण्याची प्रेरणा त्यांना मिळेल.

४) ग्रामसेवक

गावातील शेतकरी व शासन यांच्यातील मध्यस्थ म्हणून ग्रामसेवकाची भूमिका महत्त्वाची आहे. शासनाचा सर्वात तळाचा असा हा अधिकारी परंतु त्याला विविध स्वरूपाची कामे करावी लागतात. सामूहिक विकास कार्यक्रम अंमलबजावणीमध्ये ग्रामसेवकाची भूमिका महत्त्वाची असते. शेतकऱ्याचा मार्गदर्शक या स्वरूपामध्ये या योजनेमध्ये त्याचा सहभाग असतो. शेतकऱ्यांच्या विविध प्रकारच्या समस्या ग्रामसेवक या एकाच अधिकाऱ्याच्या सहकार्याने व मार्गदर्शनाने सोडविल्या जातात. त्यामुळे ग्रामसेवकाच्या रूपाने नव्या कल्पना व उपयुक्त माहिती शेतकऱ्यांपर्यंत पोहचू शकतो.

स्वातंत्र्योत्तर काळात भारताने सामूहिक विकास कार्यक्रम स्वीकारला. या कार्यक्रमाचा आरंभ १९५२मध्ये झाला. या कार्यक्रमाचे मुख्य तत्त्वज्ञान ग्रामीण भागाचा सर्वांगीण विकास व लोकांचा सहभाग हे होते. हा कार्यक्रम प्रशासकीय चौकटीमध्ये मांडला गेला होता. जिल्हा, तालुका आणि गाव अशा या कार्यक्रमाच्या पातळ्या होत्या. जिल्ह्याचे विकास गटामध्ये विभाजन केले गेले. प्रत्येक विकास गटाला ब्लॉक डेव्हलपमेंट ऑफिसर नेमला गेले. (BDO). शिवाय १०-१२ खेड्यांचा एक प्रमुख नेमण्याची प्रथा होती. शासकीय कार्यक्रमाचे प्रशिक्षण BDO व VLW हे घेत होते. (Village Level Workers) सामूहिक विकास संघटना (Community

Development Organization) व सामूहिक विकास संशोधन केंद्र (Community Development Research Centre) यांची स्थापना करण्यात आली.

समुदाय विकास ब्लॉक

'समुदाय विकास ब्लॉक' ही ग्रामीण भागासाठी प्रशासकीय आणि विकासासाठी तरतूद केली होती. तो भाग ब्लॉक विकास अधिकाऱ्याच्या नियंत्रणाखाली होता. समुदाय विकास ब्लॉकमध्ये ग्रामपंचायत आणि सामाजिक प्रशासकीय एककाचा ग्रामपातळीवर समावेश केला गेला. हा कार्यक्रम प्रायोगिक तत्त्वावर १९५२ मध्ये सुरू केला होता. हा कार्यक्रम शेती क्षेत्रासाठी होता. ग्रामीण आरोग्य, ग्रामीण शिक्षण यांचा विकास यामध्ये समाविष्ट होता. एकात्मिक स्वरूपात खेड्याचा सामाजिक आणि आर्थिक फेरबदल हा यामध्ये सामील होता. पहिल्या पंचवार्षिक योजनेत त्यावर भर देण्यात आला. त्यावेळी भारतात एकूण २४८ ब्लॉक होते. दुसऱ्या पंचवार्षिक योजनेत ३००० ब्लॉकमध्ये ग्रामीण भागातील ७० टक्के लोकसंख्येचा समावेश केला गेला. १९६४ मध्ये सर्व भारताचे क्षेत्र त्यामध्ये सामील झाले होते.

सारांश

लोकांना त्यांनी स्वत: निवडलेल्या प्रतिनिधीमार्फत विकास कार्यक्रमामध्ये सहभागी करून घेणे हा या योजनेचा मुख्य हेतू होता. सामाजिक परिवर्तन, शेती विकास, स्वावलंबन, सहकार यांचा अवलंब करणे, हे हेतू या कार्यक्रम आखणीमध्ये होते.

क) बलवंतराय मेहता समिती – १९५७

(Balwantrai Mehta Committee - 1957)

प्रस्तावना

ग्रामीण भागाचा विकास, स्थानिक लोकांना विकास कार्यक्रमांत सहभागी करून घेणे हे सामूहिक विकास कार्यक्रमाचे उद्दिष्ट होते. परंतु ही उद्दिष्टे राबविण्यामध्ये अडचणी आल्या. आर्थिक विकास घडवून आणण्यासाठी हे कार्यक्रम अपुरे आहेत असे वाटल्याने पंचवार्षिक योजना प्रकल्प समितीने गुजरातचे माजी मुख्यमंत्री बलवंतराय मेहता यांच्या अध्यक्षतेखाली १९५७ मध्ये एक समिती नियुक्त करण्यात आली. त्या समितीत जे इतर सदस्य होते, ते म्हणजे ठाकूर फूलसिंग, बी.जी. राव आणि डी.पी. सिंग इत्यादी. सामूहिक विकास कार्यक्रमाची कार्यक्षमता तपासणे व या कार्यक्रमांची पुनर्रचना कशी करता येईल याबाबत सरकारला शिफारशी करण्यासाठी ही समिती

नेमण्यात आली. या 'मेहता समितीचा' अहवाल नोव्हेंबर १९५८ मध्ये मांडण्यात आला व त्याद्वारे स्थानिक शासनाची त्रिस्तरीय सूचना पुढे आल्या. यालाच 'लोकशाही विकेंद्रीकरण' या नावाने ओळखले जाते. भारतात आज अस्तित्वात असलेली 'पंचायतराज' व्यवस्थाही 'बलवंतराय मेहता समिती'च्या शिफारशीवर आधारित आहे.

बलवंतराय मेहता समितीची कार्यकक्षा

१) सामूहिक विकास कार्यक्रम व राष्ट्रीय विस्तार योजनांच्या अंमलबजावणीचा अभ्यास करणे.

२) सामूहिक विकास कार्यक्रम व राष्ट्रीय विस्तार योजनांना लागणाऱ्या नोकरवर्गाचे प्रशिक्षण याचा अभ्यास करणे.

३) विकासाचा वेग वाढविण्या संदर्भात अभ्यास करणे.

४) स्थानिक कार्यक्रमांना कितपत यश मिळाले याचा अभ्यास करणे.

५) विकास योजनांच्या खर्चात काटकसर करण्याबाबत शिफारशी करणे.

६) सत्तेचे विकेंद्रीकरण कसे करता येईल याबाबत शिफारशी करणे.

७) कृषी उत्पादन वाढविण्यासाठी हाती घेतलेल्या कार्यक्रमांच्या अंमलबजावणीसाठीच्या तरतुदींचा अभ्यास करणे.

८) शासकीय यंत्रणेची पुनर्रचना कशी करता येईल, यासंदर्भात शिफारशी करणे.

लोकशाही विकेंद्रीकरणाच्या बाबतीत बलवंतराय मेहता समितीने केलेल्या शिफारशी पुढीलप्रमाणे आहेत–

१) त्रिस्तरीय पंचायतराजची स्थापना करण्यात यावी. गावपातळीवर 'ग्रामपंचायत', मध्यम स्तरावर 'पंचायत समिती' व शिखर स्तरावर 'जिल्हा परिषद' अशीही त्रिस्तरीय यंत्रणा सुचवण्यात आली. लोकशाही विकेंद्रीकरणाचा प्रयोग यशस्वी व्हावयाचा असेल तर कामाची संपूर्ण जबाबदारी व सत्ता छोट्या संस्थांकडे सोपविली जावी. यासाठी विकास गट, हे एक आटोपशीर कार्यक्षेत्र मानले जावे. परंतु विकास गट हा लोकसंख्या, भौगोलिक विस्तार, आणि अर्थव्यवस्था लक्षात घेऊन निर्माण करावा.

२) विकास गटाच्या ठिकाणी (तालुका) एक पंचायत समिती असावी. तिला पंचायत समिती म्हणून ओळखले जावे. पंचायतराज व्यवस्थेत पंचायत समितीस प्रमुख शासकीय संस्थेचा दर्जा देण्याची शिफारस या समितीद्वारे करण्यात आली. विकास गट हे कार्यक्षेत्र, स्थानिक स्वराज्याचे प्रभावी घटक आहे;

आणि तिचे सदस्य अप्रत्यक्षपणे ग्रामपंचायतीमार्फत निवडले जावे. गटाच्या क्षेत्रातील नगरपालिका, सहकारी संस्था आणि संघटना यांना समितीवर प्रतिनिधित्व द्यावे.

३) पंचायत समितीकडे निश्चित कामे सोपविण्यात यावी. तसेच महसुलाच्या काही बाबींही सोपवण्यात याव्या. ग्रामपंचायतीची अंदाजपत्रके तपासून मंजूर करण्याचा अधिकार समितीला असावा.

४) वरील कामे पंचायत समितीकडे आल्यानंतर अस्तित्वात असलेल्या जिल्हा बोर्डाची आवश्यकता नसल्याने, ते बरखास्त करून त्याऐवजी जिल्हास्तरावर जिल्हा परिषद नावाची संस्था निर्माण करावी. तिच्याकडे जिल्ह्यातील पंचायत समित्या व ग्रामपंचायती यांच्या कार्यामध्ये सुसूत्रता राखण्याची जबाबदारी सोपविण्यात यावी.

५) जिल्हा परिषदेत सर्व पंचायत समितीचे सभापती आणि जिल्ह्यातील सर्व आमदार व खासदार आणि शासकीय पातळीवर काम करणारे सर्व अधिकारी सदस्य असावेत. जिल्हाधिकारी हा परिषदेचा अध्यक्ष असावा.

६) या परिषदेचे स्वरूप मार्गदर्शन करणारे, सल्ला देणारे, कामात सुसूत्रता घडवून आणणारे, पंचायत समितीवर देखरेख करणारे असावे. पंचायत समितीला लागणारे अनुदान जिल्हा परिषदेने मंजूर करून त्याचे त्यांच्यात वाटप करावे.

७) गावपातळीवर विशिष्ट लोकसंख्येला ग्रामपंचायत स्थापन करून तिचे सदस्य प्रौढ मतदानाच्या तत्त्वावर प्रत्यक्षपद्धतीने निवडावेत. या सदस्यांपैकी दोन महिला सदस्य व अनुसूचित जाती-जमातीचा प्रत्येकी एक सदस्यांस, स्वीकृत करण्याची तरतूद असावी. जमीन महसूल गोळा करण्यासाठी काही निवडक ग्रामपंचायतींना अधिकार असावा. तसेच एकूण जमा झालेल्या महसूलापैकी ७५ टक्के रक्कम देण्यात यावी. ग्रामपंचायतीचे अंदाजपत्रक पंचायत समितीने मंजूर करावे. पंचायत समिती सोपवील ती कामे ग्रामपंचायतीमार्फत करण्यात यावी.

८) न्यायपंचायतीची स्थापना करण्यासाठी ग्रामपंचायतीने सुचविलेल्या यादीतून जिल्हा मॅजिस्ट्रेट किंवा उपविभागीय मॅजिस्ट्रेटने काही व्यक्ती निवडून त्यांची न्यायपंचायत स्थापन करावी. त्या गावापुरते मर्यादित काम या न्यायपंचायतीमार्फत करण्यात यावे.

शिफारशींची स्वीकृती व अंमलबजावणी

राष्ट्रीय विकास परिषदेच्या स्थायी समितीने या समितीच्या शिफारशी स्वीकारल्या. राज्या-राज्यांमध्ये परिस्थिती भिन्न असल्याने लोकशाही विकेंद्रीकरण संकल्पना राबविण्यासाठी राज्यांनी स्वतंत्रपणे संस्थात्मक संरचना निश्चित करण्याचे ठरवण्यात आले व यासाठी केंद्र सरकारद्वारे पुढाकार घेतला. या रचनेला 'पंचायतराज' व्यवस्था असे नाव देण्यात आले. यासंदर्भात १९५९ साली विविध घटक राज्यांनी अभ्याससमित्या नियुक्त केल्या.

शिफारशींचे परीक्षण : काही बाबतीत या समितीने केलेल्या शिफारशी अपूर्ण आहेत.

१) ग्रामसभेकडे दुर्लक्ष केले गेले.
२) पंचायत समितीऐवजी जिल्हा परिषद मूलभूत मानणे योग्य ठरले असते.
३) जिल्हा परिषदेचे अध्यक्षपद जिल्हाधिकाऱ्याकडे दिल्याने पंचायतराज व्यवस्थेमध्ये नोकरशाहीचे नियंत्रण राहिले.

सारांश

या समितीच्या शिफारशी राष्ट्रीय विकास परिषदेने जानेवारी १९५८ मध्ये स्वीकारल्या होत्या व राज्य सरकारांना त्याची अंमलबजावणी करण्याचे आदेश दिले गेले. मेहता समितीने शिफारशी केलेल्या 'पंचायतीराज'च्या चौकटीच्या अंतर्गत राहून स्थानिक गरजांनुसार पंचायतराज संस्था स्थापन करण्याची सवलत राज्यांना होती. मेहता समितीचा अभ्यास करण्यासाठी महाराष्ट्र शासनाने जून १९६० वसंतराव नाईक समिती नेमली. या समितीच्या शिफारशींवर आधारित १९६१मध्ये विधीमंडळाने जिल्हा परिषद व पंचायत समिती कायदा करण्यात आला व १ मे १९६२ रोजी महाराष्ट्रात 'पंचायतराज व्यवस्था' अस्तित्वात आली. त्यामुळे बळवंतराय मेहता समितीवर आधारलेली पंचायतराज व्यवस्था, महाराष्ट्र व इतर घटक राज्यांमध्ये अमलात आली.

सराव प्रश्न

(अ) दिर्घोत्तरी प्रश्न :

१) स्वातंत्र्यपूर्व कालखंडातील स्थानिक स्वराज्य संस्थेची उत्क्रांती स्पष्ट करा.
२) ब्रिटिश कालखंडातील स्थानिक स्वराज्य संस्थेचा विकास किंवा उत्क्रांती स्पष्ट करा.

३) स्वातंत्र्योत्तर कालखंडातील स्थानिक स्वराज्य संस्थेचा विकास किंवा उत्क्रांती स्पष्ट करा.

४) सामूहिक विकास योजना म्हणजे काय व त्यांची वैशिष्ट्ये स्पष्ट करा.

५) बलवंतराय मेहता समितीने केलेल्या शिफारशी कोणत्या?

६) लॉर्ड रिपनच्या ठरावातील प्रमुख तरतुदी कोणत्या?

(ब) बहुपर्यायी प्रश्न :

१) एकाच देशांमधील गाव तालुका शहर किंवा तत्सम विशिष्ट क्षेत्रापुरते मर्यादित असलेले शासन म्हणजे........ होय.

अ) स्थानिक शासन ब) राज्य शासन

क) राष्ट्रीय शासन ड) आंतरराष्ट्रीय शासन

उत्तर : अ) स्थानिक शासन

२) प्राचीन काळातील स्थानिक संस्थाबाबत खालीलपैकी कोणी लिखाण केले आहे.

अ) लॉर्ड रिपन ब) लॉर्ड डलहौसी

क) लॉर्ड माऊंटबॅटन ड) चाल्स मेटका

उत्तर : ड) चाल्स मेटका

३) कौटिल्याच्या कोणत्या ग्रंथात स्थानिक शासन बाबतची माहिती आढळते?

अ) हिंद स्वराज्य ब) ऋग्वेद

क) अर्थशास्त्र ड) राज्यशास्त्र

उत्तर : क) अर्थशास्त्र

४) स्वातंत्र्योत्तर काळात .... पूर्ततेसाठी पंचायतराज निर्माण करण्याचे धोरण आखले गेले.

अ) स्वातंत्र्य ब) समता

क) ग्रामस्वराज्य व ग्रामविकास ड) न्याय

उत्तर : क) ग्राम स्वराज्य व ग्रामविकास

५) १६८७ साली .... महानगरपालिका स्थापन झाली.

अ) मुंबई ब) कलकत्ता क) पुणे ड) मद्रास

उत्तर : ड) मद्रास

६) १७९३ मध्ये कोणत्या दोन महानगरपालिका स्थापन झाल्या.

अ) पुणे आणि पिंपरी चिंचवड ब) पुणे आणि नाशिक

क) मुंबई आणि कलकत्ता ड) पुणे आणि मद्रास

उत्तर : क) मुंबई आणि कलकत्ता

७) 'स्थानिक शासन पद्धतीनेचे जनक' कोणास म्हटले जाते.

अ) लॉर्ड रिपन ब) लॉर्ड मेकाले

क) लॉर्ड माऊंटबॅटन ड) लॉर्ड डलहौसी

उत्तर : अ) लॉर्ड रिपन

८) ब्रिटिश शासनाच्या काळात पहिल्यांदा कोणत्या ठरावाने स्थानिक संस्थांना स्वशासनाची सत्ता देण्याचा प्रयत्न करण्यात आला?

अ) लॉर्ड मेकालेचा ठराव ब) लॉर्ड रिपनचा ठराव

क) लॉर्ड डलहौसीचा ठराव ड) लॉर्ड माऊंटबॅटन ठराव

उत्तर : ब) लॉर्ड रिपनचा ठराव

९) .... हा लोकशाहीचा पाया आहे.

अ) आंतरराष्ट्रीय शासन ब) राष्ट्रीय शासन

क) राज्य शासन ड) स्थानिक शासन

उत्तर : ड) स्थानिक शासन

१०) ग्रामीण भागातील सामाजिक व आर्थिक परिवर्तन करणारी पद्धत कोणाला म्हटले जाते.

अ) सर्वोदय योजना ब) फिरकता विकास योजना

क) इटावा मार्गदर्शन योजना ड) सामूहिक विकास कार्यक्रम

उत्तर : ड) सामूहिक विकास कार्यक्रम

११) स्थानिक शासनाला सक्षम करून त्या माध्यमातून विकास कार्यक्रमांची अंमलबजावणी करण्यासाठी मद्रास राज्याने कोणती योजना आखली होती?

अ) सर्वोदय योजना ब) इटावा मार्गदर्शन योजना

क) फिरकता विकास योजना ड) वरीलपैकी कोणतीही नाही

उत्तर : क) फिरकता विकास योजना

१२) स्थानिक शासनाला सक्षम करून त्या माध्यमातून विकास कार्यक्रमाची अंमलबजावणी करण्यासाठी मुंबई राज्याने कोणती योजना आखली होती?

अ) सर्वोदय योजना ब) फिरकता विकास योजना

क) इटावा मार्गदर्शन योजना ड) वरीलपैकी कोणतीही नाही.

उत्तर : अ) सर्वोदय योजना

१३) स्थानिक शासनाला सक्षम करून त्या माध्यमातून विकास कार्यक्रमांची अंमलबजावणी करण्यासाठी उत्तर प्रदेश राज्याने कोणती योजना आखली होती.

अ) सर्वोदय योजना	ब) फिरकता विकास योजना
क) इटवा मार्गदर्शन योजना	ड) वरीलपैकी कोणतीही नाही.

उत्तर: क) इटावा मार्गदर्शन योजना

१४) विकास कार्यक्रम व राष्ट्रीय विस्तार योजनांच्या अंमलबजावणीचा अभ्यास करण्यासाठी केंद्र सरकारने १९५७ साली कोणती समिती नियुक्त केली.

अ) वसंतराव नाईक समिती	ब) प्रा. पी. बी. पाटील समिती
क) बलवंतराय मेहता समिती	ड) वरीलपैकी कोणतीही नाही.

उत्तर: क) बलवंतराय मेहता समिती

१५) खालीलपैकी कोणते सामूहिक विकास योजनेचे वैशिष्ट्य आहे?

अ) सर्वसमावेशकता	ब) स्वातंत्र्य
क) समता	ड) न्याय

उत्तर: अ) सर्वसमावेशकता

१६) खालीलपैकी कोण बलवंतराव मेहता समितीमध्ये सदस्य नव्हते?

अ) ठाकूर फुलसिंग	ब) बी. जी. राव
क) डी. पी. सिंग	ड) एम. एम. गिल

उत्तर: ड) एम. एस. गिल

१७) सामूहिक विकास योजनेमध्ये शेतकरी व शासन यांच्यातील मध्यस्थ कोण होता?

अ) मुख्य कार्यकारी अधिकारी	ब) गट विकास अधिकारी
क) सरपंच	ड) ग्रामसेवक

उत्तर: ड) ग्रामसेवक

१८) भारतीय राज्यघटनेच्या कोणत्या कलमांमध्ये स्थानिक शासनाच्या संदर्भात तरतुदी केलेल्या आहेत?

अ) कलम २४३	ब) कलम २४४
क) कलम २४५	ड) कलम २४६

उत्तर: अ) कलम २४३

१९) स्थानिक शासनाला कोणी विरोध केला होता?

अ) लॉर्ड रिपन	ब) लॉर्ड डलहौसी
क) लॉर्ड कर्झन	ड) लॉर्ड माऊंटबॅटन

उत्तर: ड) लॉर्ड कर्झन

२०) प्राचीन काळात .... हा शासनाचा आधार होता.

उत्तर: खेडे

२१) .... या ग्रंथात प्राचीन काळात राज्याचा व खेड्याच्या परंपरा यासंबंधीची चर्चा केलेली आहे.

उत्तर: मनुस्मृती

२२) मौर्यकाळात.... आणि .....या ठिकाणी स्थानिक शासन विकसि झाले होते.

उत्तर: भोज आणि आंध्रप्रदेश

२३) अर्थशास्त्रात .... सर्वांत तळाचा घटक होता असा उल्लेख आहे.

उत्तर: खेडी

२४) १८७० मध्ये .... विकेंद्रीकरणाबाबत एक ठराव मांडला.

उत्तर: लॉर्ड मेयोने

२५) जिल्ह्यातील अभियंते .... वेळोवेळी तांत्रिक सल्ला व मार्गदर्शक करतील.

उत्तर: जिल्हा बोर्डाला

२६) लॉर्ड रिपनच्या ठरावातील तरतुदींनुसार ....हा स्थानिक संस्थाचा पदसिद्ध अध्यक्ष राहणार नाहीत.

उत्तर: जिल्हाधिकारी

२७) भारतातील स्थानिक संस्थांच्या विकासाचा भविष्यकाळातील आधार म्हणूनच .... हा ठराव प्रसिद्ध झाला.

उत्तर: लॉर्ड रिपनचा ठराव

२८) भारतामध्ये .... साली अनेक प्रांतामध्ये पंचायतराज कायदा करून ग्राम पंचायतीची स्थापना केली गेली.

उत्तर: १९४७

२९) स्थानिक शासनाच्या आर्थिक बाबींवर चर्चा व अभ्यास करण्यासाठी १९४९ मध्ये .... स्थापना करण्यात आली.

उत्तर: 'स्थानिक वित्तीय समिती'

३०) स्थानिक वित्तीय समितीच्या खालीलपैकी कोणत्या शिफारशी नाहीत?

अ) काही कर. स्थानिक कर. म्हणून घोषित करणे.

ब) ग्राम पंचायतीने वसूल केलेल्या महसूलापैकी १५ टक्के भाग देणे.

क) न्याय पंचायत स्थापन करणे.

ड) अंदाजपत्रक तयार करण्याचे अधिकार देणे.

उत्तर: क) न्याय पंचायत स्थापन करणे.

३१) खालीलपैकी कोणते सामूहिक विकास योजनेचे वैशिष्ट्ये आहे?

अ) सेंद्रियता ब) ग्रामसेवक

क) आर्थिक पुनर्रचना ड) वरीलपैकी सर्व

उत्तर: ड) वरीलपैकी सर्व

३२) शासकीय कार्यक्रमाचे प्रशिक्षण .... व .... हे घेत होते.

उत्तर: BDO व VLW

३३) BDO म्हणजे ....

उत्तर: ब्लॉक डेव्हलपमेंट ऑफीसर

३४) VLW म्हणजे ....

उत्तर: व्हिलेज लेव्हल वर्कर

प्रकरण २

महाराष्ट्रातील स्थानिक शासनाच्या संदर्भातील विविध समित्या

(Various Committees of Local Self Government in Maharashtra)

अ) **वसंतराव नाईक समिती – १९६०**
(Vasantrao Naik Committee - 1960)

ब) **एल.एन. बोंगीरवार समिती – १९७०**
(L.N. Bongirwar Committee - 1970)

क) **पी.बी. पाटील समिती – १९८५**
(P.B. Patil Committee - 1985)

अ) वसंतराव नाईक समिती – १९६०

(Vasantrao Naik Committee - 1960)

१ मे १९६० रोजी महाराष्ट्र राज्याची स्थापना झाली. बलवंतराय मेहता समितीच्या शिफारशीनुसार महाराष्ट्रात 'पंचायतराज' स्थापना करण्याच्या उद्देशाने महाराष्ट्र शासनाने वसंतराव नाईक समितीची स्थापना केली. या वसंतराव नाईक समितीची स्थापना २७ जून १९६० रोजी करण्यात आली. मात्र, समिती स्थापन करण्याची घोषणा १ मे १९६० रोजी करण्यात आली. या समितीला महाराष्ट्रातील 'लोकशाही विकेंद्रीकरण समिती' म्हणूनसुद्धा ओळखले जाते. त्या समितीचे अध्यक्ष तत्कालीन महसूल मंत्री वसंतराव नाईक हे होते. त्या समितीमध्ये ग्रामीण विकास मंत्री भगवंतराव गाढे, शिक्षण मंत्री दौलतराव देसाई, अर्थखात्याचे सचिव मधुकर यार्दी, विकास

आयुक्त दिनकर साठे सदस्य होते तर पी.जी. साळवी सचिव होते. या समितीने १५ मार्च १९६१ रोजी राज्य सरकारला अहवाल सादर केला. त्यामध्ये एकूण २२६ शिफारशी होत्या. या समितीच्या शिफारशीनुसार १ मे १९६२ रोजी महाराष्ट्रात 'त्रिस्तरीय स्थानिक शासनसंस्था' स्वीकारली गेली.

लोकशाही विकेंद्रीकरणाची आवश्यकता

वसंतराव नाईक समितीच्या मते, लोकशाही यशस्वी होण्यासाठी लोकशाही विकेंद्रीकरण आवश्यक आहे. त्यासाठी 'राज्यशासन' व 'ग्रामपंचायत' या लोकशाही यंत्रणा निर्माण करणे आवश्यक आहे. गाव, गट, जिल्हा या स्तरांवर स्थानिक संस्था निर्माण करण्यासाठी ग्रामपंचायत, पंचायत समिती व जिल्हा परिषद यांमध्ये नाईक समितीने जिल्हा परिषदेकडे महत्त्वाची भूमिका दिली. राज्यशासनाने स्वत: स्थानिक कार्याबाबतच्या सर्व जबाबदाऱ्यांतून मुक्त व्हावे; स्थानिक संस्था या निर्वाचित असाव्यात व प्रत्येक स्तरावर त्यांनी प्रत्यक्ष निवडणुका सुचविल्या. तसेच, त्याचे प्रतिनिधित्व व्यापक ठेवून संस्थेचा पाया भक्कम असावा, अशी महत्त्वपूर्ण शिफारस नाईक समितीने केली. जिल्हा परिषदेत लोकसभा व विधानसभा सदस्यांना पदसिद्ध सदस्य म्हणून घेऊ नये; तसेच जिल्हा परिषदेच्या विकासकार्यामध्ये गतिमानता व कार्यक्षमता निर्माण व्हावी म्हणून जिल्हाधिकाऱ्यांऐवजी स्वतंत्र आयुक्त दर्जाचा अधिकारी जिल्हा परिषदेचा मुख्य प्रशासक असावा व सोयींसाठी समित्या निर्माण करण्याची सूचना करण्यात आली.

वसंतराव नाईक समितीच्या शिफारशी

१) स्थानिक विकास व उपक्रम कार्यक्रमाची राज्याची जबाबदारी कमी करून ती स्थानिक प्रशासनाकडून पार पाडण्यात यावी.

२) 'पंचायतराज'त व्यवस्था त्रिस्तरीय असावी. जिल्हा परिषद, पंचायत समिती व ग्रामपंचायत असे तीन स्तर असावेत. या तीन स्तरांवर जिल्हा हा उच्च स्तर असावा.

३) त्रिस्तरीय पंचायतराजचे सदस्य हे निवडणूक पद्धतीने निवडले जावेत.

४) लोकसभा व विधानसभा सदस्यांना जिल्हा परिषदेवर प्रतिनिधित्व देऊ नये.

५) जिल्हाधिकारी हे जिल्हा परिषदेच्या कार्यकारी कामकाजात हस्तक्षेप करू शकणार नाहीत.

६) जिल्हा परिषदेच्या प्रशासक हा राज्य स्तरावरील अधिकारी असावा.

७) जिल्हा परिषदेच्या समित्यांची स्थापना करून सर्व कामे करण्यात यावी.

८) स्थानिक क्षेत्राच्या विकासाची सर्व जबाबदारी ही जिल्हा परिषदेवर असावी.
९) १००० पासून २०००० लोकसंख्येसाठी ग्रामपंचायतची स्थापना करण्यात यावी. त्या ग्रामपंचायतीत ग्रामसेवक अनिवार्य असेल.
१०) महसूलविषयक जबाबदारी ग्रामपंचायतीवर सोपविण्यात यावी. ३० टक्के हिस्सा ग्रामपंचायतीस व ७०टक्के हिस्सा जिल्हा परिषदेस मिळावा.
११) जिल्हा परिषद व ग्रामपंचायत यांच्यामधील प्रशासकीय दुवा म्हणून पंचायत समिती सुचविण्यात आली.
१२) पंचायत समिती ही जिल्हा परिषदेची कार्यकारी उपसमिती समजली जावी तसेच पंचायत समिती वैधानिक आधार असलेली संस्था असावी.
१३) गट विकास अधिकारी पंचायत समितीचा मुख्य प्रशासकीय अधिकारी असावा. प्रत्येक समितीला एक लाख अनुदान विकासासाठी देण्यात यावे.
१४) जिल्हा परिषदेचा मतदारसंघ २५ ते ३० हजार लोकसंख्येचा असावा. मागास वर्ग, अनुसूचित जाती, जमाती व स्त्रिया यांचे प्रतिनिधी निवडून आले नाहीत; तर त्यांचा एक प्रतिनिधी नियुक्त करावा. पंचायत समित्यांचे अध्यक्ष जिल्हा परिषदेचे पदसिद्ध सदस्य असावेत. सदस्यांची संख्या ४० पेक्षा कमी व ६० पेक्षा जास्त असू नये.
१५) सहकारी संस्थांचे पाच सदस्य जिल्हा परिषदेचे सहयोगी सदस्य असावेत.
१६) महत्त्वाच्या प्रश्नावर निर्णय घेण्यासाठी राज्य मंत्रिमंडळाची एक उपसमिती असावी. विभागीय स्तरावर सल्लागार समिती असावी.
१७) स्थानिक वित्तीय निगम (Local Finance Corporation)ची स्थापना करावी.

अहवाल सादरीकरण व स्वीकृती

१५ मार्च १९६१ रोजी वसंतराव नाईक समितीने आपला अहवाल महाराष्ट्र शासनाला सादर केला. त्यामध्ये २२६ शिफारशी करण्यात आल्या. ८ सप्टेंबर १९६१ रोजी महाराष्ट्र विधिमंडळाने मंजूरी दिली. राज्यपालांच्या स्वीकृतीनंतर त्यास महाराष्ट्र जिल्हा परिषद आणि पंचायत समित्या अधिनियम १९६१ असे म्हटले गेले. १ मे १९६२ पासून अंमलबजावणी सुरू झाली. त्रिस्तरीय पंचायतराज व्यवस्था स्विकारणारे महाराष्ट्र देशातील ९ वे राज्य होते.

सारांश

महाराष्ट्र शासनाने स्थानिक शासनाच्या संदर्भात शिफारशी करण्यासाठी वसंतराव नाईक समितीची स्थापना केली गेली. या समितीच्या शिफारशीनुसार १ मे १९६२

रोजी महाराष्ट्रामध्ये 'पंचायतराज' व्यवस्था लागू करण्यात आली. तसेच जिल्हा या घटकाला महत्त्वपूर्ण स्थान दिले गेले. एकूणच वसंतराव नाईक समितीने केलेल्या शिफारशी महाराष्ट्र शासनाने स्वीकारल्या या दृष्टीने या समितीचे महत्त्व अधोरेखित होते.

ब) एल. एन. बोंगीरवार समिति - १९७०

(L.N. Bongirwar Committee - 1970)

'पंचायतराज' व्यवस्थेचे मूल्यमापन करण्यासाठी २६ फेब्रुवारी १९७० रोजी समिती नियुक्त करण्याचा निर्णय घेण्यात आला. त्यानुसार एल.एन. बोंगिरवार यांच्या अध्यक्षतेखाली पंचायतराजचे पुनर्मूल्यांकन करण्यासाठी २ एप्रिल १९७० रोजी महाराष्ट्र शासनाने या समितीची स्थापना केली होती. या समितीला 'महाराष्ट्रातील पंचायतराज पुनर्विलोकन समिती' असेही म्हटले जाते. बोंगीरवार समितीमध्ये ११ सदस्य होते. श्री. व्ही. व्ही. मंडलेकर हे सचिव होते. त्यांनी पंचायतराजचा अभ्यास करून त्यास अधिक कार्यक्षम करण्यासाठी २०२ शिफारशी सुचविल्या होत्या. १५ सप्टेंबर १९७१ मध्ये या समितीने आपला अहवाल महाराष्ट्र शासनाला सादर केला. अहवालातील शिफारशी पुढीलप्रमाणे आहेत -

बोंगीरवार समितीने केलेल्या शिफारशी

१) राज्यशासनाने राज्य, जिल्हा परिषद व पंचायत समितीने करावयाच्या सर्व कामाची स्पष्ट रूपरेखा तयार करावी व ती कामे करण्यासाठी वेगळी वित्तीय व्यवस्था केली जावी.

२) लोकसंख्या, भौगोलिक स्थिती, मागास वर्ग या निकषावर आधारित निधीचे वाटप करावे. या निकषावर आधारित जिल्हा परिषदेने पंचायतींना निधीचे वाटप करावे.

३) जमीन, राजस्व (कर) व सामाज यावरील अनुदानाच्या ५०टक्के रक्कम अनुसूचित जाती, जमातींच्या विकासासाठी वापरण्यात यावी. अल्प व दूरच्या योजनांची आखणी करण्यात यावी.

४) ५०० पेक्षा कमी व १०००० पेक्षा जास्त लोकसंख्या असल्यास ग्रामपंचायत स्थापन करू नये.

५) संसद व विधानसभा सदस्यांचा समावेश जिल्हा परिषदेत करू नये. चांगल्या सहयोगासाठी 'नियोजन व पुनर्मूल्यांकन समिती स्थापन करावी व त्यामध्ये संसद सदस्य व विधानसभा सदस्यांचा समावेश करावा.

६) जिल्हा परिषदेने पशुसंवर्धन व दुग्ध व्यवसाय यांच्या विकासावर लक्ष केंद्रित करावे.
७) ग्रामसेवक स्नातक असावा.
८) स्थानिक सेवा आयोग स्थापन करावा.
९) जिल्ह्याच्या भरती प्रक्रियेत राज्य शासनाने जिल्हा परिषदेबरोबर विचार विनिमय करावा.
१०) ग्रामपंचायतींचा कार्यकाळ ५ वर्षांचा असावा.
११) नियोजन कार्यासाठी उपमुख्य कार्यकारी अधिकाऱ्याचे पद निर्माण करावे.

सारांश

एल.एन. बोंगीरवार यांच्या अध्यक्षतेखाली 'पंचायतराज' व्यवस्थेचे मूल्यमापन करण्यासाठी महाराष्ट्र शासनाने 'बोंगीरवार समिती' नियुक्त केली. या समितीने केलेल्या शिफारशी अभ्यासपूर्ण तसेच व्यावहारिक व उपयुक्त होत्या. म्हणूनच महाराष्ट्र शासनाने त्या स्वीकारल्या. आणि म्हणूनच बोंगीरवार समितीच्या शिफारशी या महत्त्वपूर्ण मानण्यात येतात.

क) पी.बी. पाटील समिती – १९८५

(P.B. Patil Committee - 1985)

महाराष्ट्र सरकारने 'पंचायतराज' संस्थेचे मूल्यमापन करण्यासाठी १८ जून १९८४ रोजी 'पी. बी. पाटील समिती' स्थापन केली होती. या समितीने जून १९८६ मध्ये आपला अहवाल सादर केला. या समितीने पंचायतराज संस्थांना आर्थिकदृष्ट्या स्वयंपूर्ण करण्यासाठी आणि सत्तेचे विकेंद्रीकरण करण्याबाबत सूचना केल्या. या समितीने एकूण २२५ शिफारशी केल्या होत्या.

१) पंचायतराजच्या स्थापनेमागे जी उद्दिष्टे होती ती साध्य झालेली नाहीत. त्यासाठी या समितीने उपाययोजना सुचविल्या. त्यामध्ये कालबाह्य विचार व कामाच्या पद्धती रद्द करण्यास सुचविण्यात आले. समाजातील श्रीमंत वर्गाचा लोकप्रतिनिधींकडे पाहण्याचा चुकीचा दृष्टिकोन व नोकरशाहीची कार्यपद्धती हे पंचायतराज व्यवस्थेपुढील दोन अडथळे आहेत. यावर उपाय म्हणून मूलगामी परिवर्तन गरजेचे आहे.
२) देशाचा प्रचंड मोठा आकार व लोकसंख्या; यामुळे केंद्र व राज्य सरकारबरोबरच जिल्हा स्तरावरदेखील सत्ता दिली गेली पाहिजे. राज्यघटनेनुसार, कायद्यानुसार सत्तेचे विकेंद्रीकरण केले पाहिजे. प्रशासकीय सत्तेबरोबर आर्थिक सत्तेचेदेखील

विकेंद्रीकरण गरजेचे आहे. सामाजिक व आर्थिक परिवर्तनामध्ये जनतेचा सहभाग वाढविण्यासाठी स्वयंसेवी संस्था, सहकारी संस्था यांच्याकडे सार्वजनिक सेवा, समाजकल्याण, विकासकामे यांचे व्यवस्थापन देण्यात यावे व स्थानिक शासनाने केवळ प्रशासनाचे काम करावे असे सुचविण्यात आले.

३) या समितीने केलेली महत्त्वपूर्ण शिफारस म्हणजे पंचायतराज व्यवस्थेच्या पुनर्रचनेची होय. 'पंचायतराज' ही त्रिस्तरीय रचना असून ती जास्त मजबूत करावी. महाराष्ट्रामध्ये सुमारे दोन हजार लोकसंख्येला 'ग्रामपंचायत', सुमारे एक लाख लोकसंख्येला 'पंचायत समिती' व १५ ते २० लाख लोकसंख्येला 'जिल्हा परिषद' अशी पुनर्रचना करण्यात यावी असे या समितीद्वारे सुचविण्यात आले.

४) प्रत्येक जिल्ह्यात जिल्हा विकास नियोजन व मूल्यमापन मंडळ तसेच नियोजन व मूल्यमापन कक्ष असावा. राज्यस्तरावर राज्य विकास मंडळ व स्थानिक स्वराज्य परिषद असावी. स्थानिक स्वराज्य सेवेसाठी 'स्थानिक स्वराज सेवा आयोग' व पंचायतराजसाठी 'जिल्हाविकास आयुक्त' हे पद निर्माण करण्यात यावे.

५) स्थानिक शासनसंस्थांच्या निवडणुका निश्चित आणि नियमित वेळेत घेण्यात याव्या. या निवडणुका निवडणूक आयोगामार्फत घेण्यात याव्या.

६) भारतीय राज्याचे स्वरूप त्रिस्तरीय असावे. भारतीय राज्यघटनेत जिल्ह्याची कार्ये समाविष्ट करण्यात यावी. जिल्हास्तरावर या कार्याची पूर्ण जबाबदारी पार पाडण्यासाठी त्यांना जिल्हास्तरावर अधिकार देण्यात यावे.

७) राज्याकडील विकाससंबंधीची कामे व जिल्हा नियोजनाकडील कार्ये जिल्हा परिषदेकडे सोपवावीत. जिल्हा नियोजन कार्यान्वित करणे व मूल्यमापना करणे याचे संपूर्ण अधिकार जिल्हा परिषदेला देण्यात यावे.

८) ग्रामपंचायत, पंचायत समिती व जिल्हा परिषद यांचा समावेश स्थानिक शासनात करण्यात यावा.

९) 'पंचायतीराज' याऐवजी 'स्थानिक शासन' असा शब्दप्रयोग वापरावा आणि स्थानिक शासनामार्फत गाव व शहराचा विकास करावा.

१०) केंद्र सरकारच्या योजना जिल्हास्तरावर सोपविण्यात याव्यात.

११) स्थानिक शासनसंस्थांना कार्यक्षम बनविण्याचे स्वातंत्र्य असावे. वित्त आयोगाची स्थापना करण्यात यावी.

१२) शिक्षणासाठी जिल्हा परिषदेत स्वतंत्र 'जिल्हा शिक्षण मंडळ' स्थापन करावे.

१३) महिलांसाठी ३० टक्के जागा आरक्षित ठेवण्यात याव्या.

१४) स्थानिक शासनाच्या कार्यात परिवार संस्था, स्वयंसेवी संघटना, सहकारी संस्था व इतर संस्था यांचा अधिक सहभाग वाढविण्यात यावा.

१५) आमदार व खासदार यांना जिल्हा परिषदेमध्ये प्रतिनिधित्व असू नये. मात्र जिल्हा नियोजन मंडळात आमदार व खासदार यांचा समावेश असावा.

१६) लोकसंख्येच्या आधारावर ग्रामपंचायतीची अ, ब, क, ड अशी वर्गवारी करण्यात यावी.

१७) सरपंचाची निवड ही थेट मतदारांकडून करण्यात यावी.

१८) पंचायत समितीच्या सदस्यांची निवड ही थेट मतदरांकडून करण्यात यावी.

१९) मुंबई ग्रामपंचायत अधिनियम व महाराष्ट्र जिल्हा परिषद पंचायत समिती अधिनियम यांचे एकत्रीकरण करण्यात यावे.

२०) अनुसूचित जाती व अनुसूचित जमाती यांना लोकसंख्येच्या प्रमाणात जिल्हा परिषदेवर आरक्षण देण्यात यावे.

२१) जिल्हा परिषदेची सदस्य संस्था ४० ते ७५ असावी.

२२) पंचायत समितीचे सभापती हे जिल्हा परिषदेचे पदसिद्ध सदस्य असावेत.

२३) सरपंचाना मानधनाऐवजी वार्षिक आतिथ्य भत्ता देण्यात यावा.

सारांश

प्राचार्य पी.बी. पाटील यांच्या अध्यक्षतेखाली महाराष्ट्र शासनाने 'पाटील समिती' नियुक्त केली. पंचायतराज व्यवस्थेचे मूल्यमापन करण्याच्या दृष्टीने पाटील समितीने महत्त्वपूर्ण व परिपूर्ण आणि अभ्यासपूर्ण अशा शिफारशी केल्या. पाटील समितीच्या शिफारशीदेखील उपयुक्त होत्या. महाराष्ट्र शासनाने त्या स्वीकारल्या या दृष्टीने ही समिती महत्त्वपूर्ण मानली जाते. अशा प्रकारे 'पी.बी. पाटील समिती'च्या शिफारशी सांगता येतात.

वसंतराव नाईक समिति १९६०	एल. एन. बोगीरवार समिति (१९७०)	पी. बी. पाटील समिति (१९८५)
– महाराष्ट्रातील लोकशाही विकेंद्रीकरण समिती	महाराष्ट्रातील पंचायतराज पुनर्विलोकन समिती	महाराष्ट्रातील पंचायतराज पुनर्विलोकन समिती
– स्थापना : २७ जून १९७० (कमिटी स्थापन करण्या संदर्भातील घोषणा १ मे १९६०)	स्थापना : २ एप्रिल १९७०	स्थापना : १८ जून १९८४
– उद्देश बलवंतराय मेहता समितीच्या शिफारशीनुसार महाराष्ट्रात पंचायतराज स्थापन करणे.	उद्देश महाराष्ट्रातील पंचायतराज व्यवस्थेचे मूल्यमापन करणे	उद्देश महाराष्ट्रातील पंचायतराज व्यवस्थेचे मूल्यमापन करणे
– अध्यक्ष वसंतराव नाईक	अध्यक्ष एल. एन. बोंगीरवार	अध्यक्ष पी. बी. पाटील
– सदस्य : ०६	११	०८
– अहवाल सादरीकरण १५ मार्च १९६१	अहवाल सादरीकरण १५ सप्टेंबर १८७१	अहवाल सादरीकरण ०६ जून १९८६
– शिफारशी : २२६	शिफारशी : २०२	शिफारशी : २२५

सराव प्रश्न

अ) दिर्घोत्तरी प्रश्न :

१) महाराष्ट्रातील स्थानिक शासनाच्या संदर्भातील वसंतराव नाईक समितीने केलेल्या शिफारशी सांगा.

२) एल. एन. बोंगीरवार समितीने केलेल्या शिफारशी स्पष्ट करा.

३) प्राचार्य पी. बी. पाटील समितीने महाराष्ट्रातील स्थानिक शासनाच्या संदर्भात केलेल्या महत्त्वपूर्ण शिफारशी स्पष्ट करा.

४) महाराष्ट्रातील स्थानिक शासनाच्या संदर्भात नेमलेल्या विविध समित्यांचा आढावा घ्या.

ब) बहुपर्यायी प्रश्न :

१) महाराष्ट्र राज्याची स्थापना केव्हा झाली?

अ) १ एप्रिल १९६० ब) १ मे १९६०

क) १ जून १९६० ड) १ जुलै १९६०

उत्तर : ब) १ मे १९६०

२) बलवंतराय मेहता समितीच्या शिफारशीनुसार महाराष्ट्रात पंचायतराज स्थापनेसाठी महाराष्ट्र शासनाने कोणत्या समितीची स्थापन केली?

अ) बलवंतराय मेहता समिती ब) वसंतराव नाईक समिती

क) देशपांडे समिती ड) वरीलपैकी कोणतीही नाही.

उत्तर : ब) वसंतराव नाईक समिती

३) वसंतराव नाईक समितीचे खालीलपैकी कोणते सदस्य नव्हते?

अ) दौलतराव देसाई ब) बलवंतराय मेहता

क) भगवंतराय गाढे ड) दिनकर साठे

उत्तर : ब) बलवंतराय मेहता

४) वसंतराव नाईक समितीचे सचिव कोण होते?

अ) वसंतराव नाईक ब) मधुकर यादी

क) पी. जी. साळवी ड) बलवंतराव मेहता

उत्तर : क) पी. जी. साळवी

५) १५ मार्च १९६१ रोजी कोणत्या समितीने आपला अहवाल महाराष्ट्र शासनाला सादर केला?

अ) पी. बी. पाटील समिती ब) बलवंतराय मेहता समिती

क) बोंगीरवार समिती ड) वसंतराव नाईक समिती

उत्तर : ड) वसंतराव नाईक समिती

६) वसंतराव नाईक समितीने किती शिफारशी केल्या होत्या?

अ) २२५ ब) २२६ क) २२७ ड) २२८

उत्तर : ब) २२६

७) १ मे १९६२ रोजी महाराष्ट्रात .... स्थानिक शासनसंस्था स्विकारली गेली.

अ) एकस्तरीय ब) द्विस्तरीय

क) त्रिस्तरीय ड) वरीलपैकी एकही नाही.

उत्तर : क) त्रिस्तरीय

८) पंचायतराज व्यवस्था असावी अशी शिफारस कोणत्या समितीने केली?

अ) दौलतराव देसाई समिती ब) मधुकर यादी समिती

क) दिनकर साठे समिती ड) वसंतराव नाईक समिती

उत्तर : ड) वसंतराव नाईक समिती

९) महाराष्ट्र विधीमंडळाने कोणत्या दिवशी वसंतराव नाईक समितीच्या अहवालास मंजुरी दिली.

अ) ८ सप्टेंबर १९६० ब) ८ सप्टेंबर १९६१

क) ८ सप्टेंबर १९६२ ड) ८ सप्टेंबर १९६३

उत्तर : ब) ८ सप्टेंबर १९६१

१०) लोकसभा व विधानसभा सदस्यांना जिल्हा परिषदेवर प्रतिनिधीत्व देऊ नये अशी पहिल्यांदा शिफारस कोणत्या समितीने केली.

अ) बलवंतराय मेहता समिती ब) पी. बी. पाटील समिती

क) वसंतराव नाईक समिती ड) बोंगीरवार समिती

उत्तर : क) वसंतराव नाईक समिती

११) स्थानिक सेवा आयोग स्थापन करावा अशी शिफारस कोणत्या समितीने केली?

अ) बलवंतराय मेहता समिती ब) पी. बी. पाटील समिती

क) वसंतराव नाईक समिती ड) एल. एन. बोंगीरवार समिती

उत्तर : ड) एल. एन. बोंगीरवार समिती

१२) नियोजन व पुनर्मूल्यांकन समिती स्थापन करण्याची तरतूद कोणत्या समितीने सांगितली?

अ) बलवंतराय मेहता समिती ब) पी. व्ही. पाटील समिती

क) वसंतराव नाईक समिती ड) एल. एन. बोंगीरवार समिती

उत्तर : ड) एल. एन. बोंगीरवार समिती

१३) पंचायतराज व्यवस्थेचे मूल्यमापन करण्यासाठी २६ फेब्रुवारी १९७० रोजी कोणती समिती नियुक्त करण्याचा निर्णय झाला.

अ) बलवंतराय मेहता समिती ब) पी. बी. पाटील समिती

क) वसंतराव नाईक समिती ड) एल. एन. बोंगीरवार समिती

उत्तर : ड) एल. एन. बोंगीरवार समिती

१४) खालीलपैकी कोणती समिती महाराष्ट्र शासनाने नियुक्त केलेली समिती नाही?

अ) बलवंतराय मेहता समिती ब) पी. बी. पाटील समिती

क) वसंतराव नाईक समिती ड) बोंगीरवार समिती

उत्तर : अ) बलवंतराय मेहता समिती

१५) एल. एन. बोंगीरवार समितीने किती शिफारशी केल्या?

अ) २०२ ब) २२५ क) २२६ ड) २२७

उत्तर : अ) २०२

१६) ग्रामपंचायतीचा कार्यकाल ५ वर्षांचा निश्चित करणारी समिती कोणती?

अ) बलवंतराय मेहता समिती ब) पी. बी. पाटील समिती

क) वसंतराव नाईक समिती ड) एल. एन. बोंगीरवार समिती

उत्तर : ड) एल. एन. बोंगीरवार समिती

१७) पंचायतराज व्यवस्थेचे मूल्यमापन करण्यासाठी १९८४ साली महाराष्ट्र शासनाने कोणती समिती स्थापन केली?

अ) बोंगीरवार समिती ब) वसंतराव समिती

क) बलवंतराय मेहता समिती ड) पी. बी. पाटील समिती

उत्तर : ड) पी. बी. पाटील समिती

१८) पी. बी. पाटील समितीने किती शिफारशी केल्या?

अ) २२४ ब) २२५ क) २२६ ड) २२७

उत्तर : ब) २२५

१९) पी. बी. पाटील समितीने खालीलपैकी कोणत्या बाबतीत सूचना केल्या नाहीत?

अ) सत्ता विकेंद्रीकरण ब) पंचायत राज व्यवस्था

क) आर्थिक विकेंद्रीकरण ड) सत्ता केंद्रीकरण

उत्तर : ड) सत्ता केंद्रीकरण

२०) पी. बी. पाटील समितीने पंचायत राज व्यवस्था .... पद्धतीचे सुचवली.

अ) एकस्तरीय ब) द्विस्तरीय

क) त्रिस्तरीय ड) वरीलपैकी एकही नाही.

उत्तर : क) त्रिस्तरीय

२१) पंचायतराज व्यवस्थेत महिलांना आरक्षण ठेवण्याची तरतूद कोणत्या समितीत आहे?

अ) बलवंतराय मेहता समिती ब) वसंतराव नाईक समिती

क) बोंगीरवार समिती ड) पी. बी. पाटील समिती

उत्तर : ड) पी. बी. पाटील समिती

२२) पंचायतराज ऐवजी .... हा शब्दप्रयोग पी. बी. पाटील समितीने सुचविला.

अ) जागतिक शासन		ब) राष्ट्रीय शासन

क) घटक राज्यशासन		ड) स्थानिक शासन

उत्तर : ड) स्थानिक शासन

२३) पंचायतराजसाठी 'जिल्हा विकास आयुक्त' हे पद निर्माण करावे अशी शिफारस कोणत्या समितीने केली?

अ) बलवंतराय मेहता समिती		ब) वसंतराव नाईक समिती

क) बोंगीरवार समिती		ड) पी. बी. पाटील समिती

उत्तर : ड) पी. बी. पाटील समिती

प्रकरण ३

त्र्याहत्तरावी घटनादुरुस्ती आणि ग्रामीण संस्था

(73rd Amendment and Rural Bodies)

अ) **त्र्याहत्तराव्या घटनादुरुस्तीची पार्श्वभूमी**
(Background of 73rd Constitutional Amendment)

ब) **कलम २४३ मधील घटनात्मक बदल**
(Constitutional Change in Article 243)

क) **ग्रामसभा आणि ग्रामपंचायत**
(Gramsabha and Gram Panchayat)

प्रस्तावना

भारताने संसदीय शासनपद्धतीचा स्वीकार केलेला आहे. लोकशाहीतील सत्ता विकेंद्रीकरणाचे तत्त्व प्रत्यक्षात येण्यासाठी स्थानिक स्वराज्य संस्थांची निर्मिती करण्यात आली. बलवंतराय मेहता समिती स्थापन करून भारतामध्ये ग्रामीण व शहरी स्थानिक स्वराज्य संस्था निर्माण करण्यात आल्या. या संदर्भातील कायदे करण्याचा अधिकार केंद्र व राज्य सरकारला देण्यात आला. लोकांच्या बदललेल्या अपेक्षा व निर्माण झालेल्या समस्या सोडविण्यासाठी घटनादुरुस्तीपद्धत आमलात आणली जाते. यानुसारच स्थानिक स्वराज्य संस्थांना जास्त अधिकार देण्यासाठी केंद्र सरकारने त्र्याहत्तर आणि चौऱ्याहत्तरावी (७३ आणि ७४) घटनादुरुस्ती केली. राजकीय सत्तेचे विकेंद्रीकरण करणे हा या घटनादुरुस्तीचा मुख्य हेतू होता. या घटनादुरुस्तीमुळे भारतीय राजकीय सत्तेमध्ये बदल झाला. आजपर्यंत ज्या समाजघटकांपर्यंत सत्ता मिळालेली नव्हती, त्या समाजघटकांपर्यंत सत्ता पोहोचली आणि लोकशाहीवरील त्यांचा विश्वास अधिक दृढ झाला.

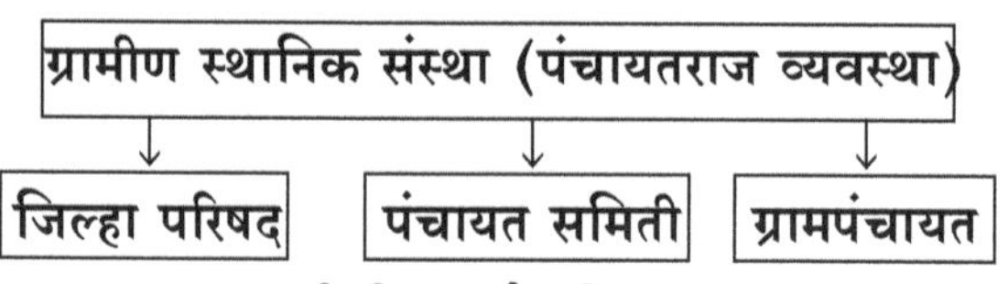

अ) त्र्याहत्तराव्या घटनादुरुस्तीची पार्श्वभूमी

(Background of 73rd Constitutional Amendment)

त्र्याहत्तराव्या घटना दुरुस्तीपूर्वी पंचायतराज व्यवस्थांना वैधानिक दर्जा होता. ग्रामसभांनादेखील वैधानिक दर्जा होता; परंतु ग्रामसभादेखील शक्तीशाली नव्हती. ग्रामपंचायत, पंचायत समिती, जिल्हा परिषद या ग्रामीण स्थानिक स्वराज्य संस्थांचा ५ वर्षांचा कार्यकाल पूर्ण झाल्या तरीदेखील त्यांच्या निवडणूका नियमितपणे घेतल्या जात नव्हत्या. पंचायतराज संस्थांच्या अधिकार व कार्याबाबत स्पष्टता नव्हती. पंचायतराज संस्थांची त्र्याहत्तराव्या घटनादुरुस्तीपूर्वी आर्थिक स्थिती हालाखीची होती. त्यांच्याकडे उत्पन्नाची साधने नव्हती. पंचायतराज संस्थामधील अधिकार व सत्तेमध्येदेखील सर्वांना सामावून घेतले जात नव्हते. अनेक सामाजिक घटकांचे राजकीय समावेशन झालेले नव्हते. महिला, ओबीसी, अनुसूचित जाती, अनुसूचित जमाती या घटकांच्या राजकीय समावेशनाला मर्यादा होत्या. निर्णय निश्चितीचा अधिकारदेखील समाजातील विशिष्ट घटकांकडे केंद्रित झालेला होता. स्थानिक पातळीवरील स्थानिक स्वराज्य संस्थांच्या माध्यमातून स्थानिक विकास घडून येण्यासाठी स्थानिक स्वराज्य संस्था शक्तीशाली असण्याबरोबरच त्यांना त्याच्या स्थानिक क्षेत्रामध्ये कार्य करण्याचे स्वातंत्र्य आवश्यक होते. त्र्याहत्तराव्या घटना दुरुस्तीपूर्वी महाराष्ट्रातील पंचायतराज संस्थांना कार्य करण्याचे स्वातंत्र्य, त्याबाबत स्पष्टता, आर्थिक स्वातंत्र्य, नियमित निवडणूका याबाबत मर्यादा होत्या. त्यामुळे ज्या हेतूने पंचायतराज संस्था निर्माण केलेल्या होत्या, तो हेतूच पूर्ण होताना दिसत नव्हता. या पार्श्वभूमीवर 'त्र्याहत्तरावी घटनादुरुस्ती' करण्यात आली.

'बलवंतराय मेहता समिती'च्या शिफारशीनुसार भारतामध्ये स्थानिक स्वराज्य संस्था स्थापन करण्यात आल्या. १९७८ ला 'अशोक मेहता यांच्या समिती'ने पंचायतराज व्यवस्थेचे मूल्यमापन केले. १९८६ साली ६४ वी घटनादुरुस्ती संसदेत मांडण्यात आली. परंतु राज्यसभेने ती अमान्य केली. नरसिंहराव सरकारच्या काळात पंचायतराज विषयक घटनादुरुस्तीला अंतिम स्वरूप देण्यात आले. २२ डिसेंबर १९९२ रोजी त्र्याहत्तरावी घटनादुरुस्ती करण्यात आली. स्थानिक स्वराज्य संस्था हा विषय राज्यसूचीमध्ये असल्याने सर्व घटक राज्य सरकारांनीदेखील त्याला मान्यता दिली. १९९४ साली या घटनादुरुस्तीतील बदल अमलात आले.

त्र्याहत्तराव्या घटनादुरुस्तीने केलेले बदल किंवा तरतूदी

ग्रामपंचायत, पंचायत समिती व जिल्हा परिषद या ग्रामीण स्थानिक स्वराज्य संस्थांसाठी म्हणजेच पंचायतराज संस्थेसाठी त्र्याहत्तरावी घटनादुरुस्ती करण्यात आली. भारतीय राज्यघटनेच्या नवव्या भागात कलम क्र. २४३मध्ये हा बदल समाविष्ट केला.

१) **ग्रामसभा :** त्र्याहत्तराव्या घटनादुरुस्तीने जी महत्त्वपूर्ण तरतूद केली ती म्हणजे ग्रामसभेला असणारा वैधानिक दर्जा जाऊन घटनात्मक दर्जा प्राप्त झाला. १९९४ पूर्वी ग्रामसभा शक्तीशाली नव्हती. १९९४ नंतर ती शक्तीशाली बनली. ग्रामसभा स्थापन करणे हे प्रत्येक घटक राज्यावर बंधनकारक करण्यात आले; तसेच त्यांना घटनात्मक अधिकार देण्यात आले.

२) **पंचायतराज संस्था :** ग्रामपंचायत, पंचायत समिती व जिल्हा परिषद अशी पंचायत व्यवस्था संपूर्ण देशभर असेल, असा बदल या घटनादुरुस्तीने केला. यालाच त्रिस्तरीय व्यवस्था किंवा पंचायतराजव्यवस्था असे म्हटले जाते.

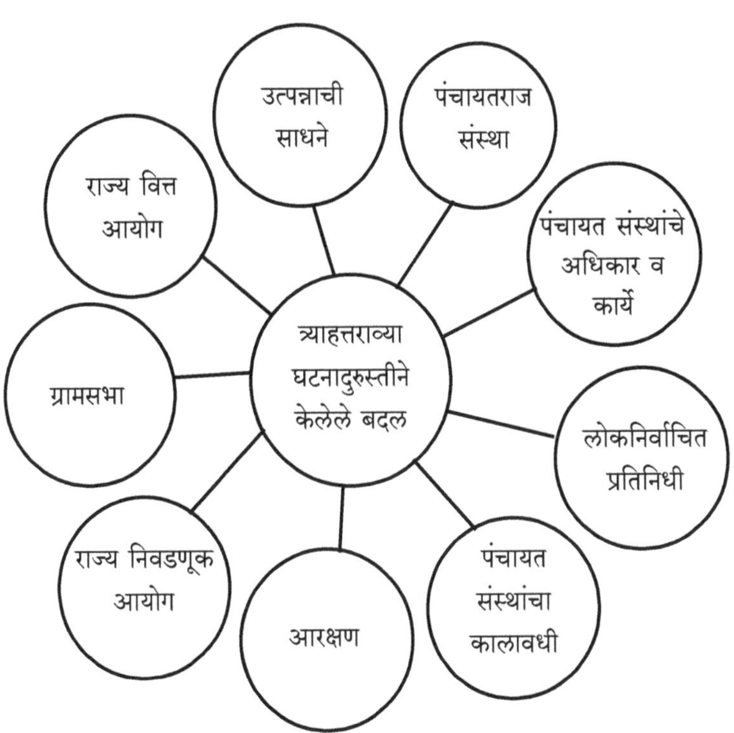

३) **लोकनिर्वाचित प्रतिनिधी :** लोकसंख्येच्या व भौगोलिक क्षेत्राच्या आधारे मतदारसंघ तयार केले जातील व प्रतिनिधी प्रत्यक्ष जनतेकडून निवडले जातील. लोकांकडून ग्रामीण स्थानिक संस्थांमध्ये प्रतिनिधी निवडण्याचा महत्त्वपूर्ण बदल या घटनादुरुस्तीने केला.

४) **आरक्षण :** अनुसूचित जाती-जमाती, महिला यांच्यासाठी लोकसंख्येच्या प्रमाणामध्ये राखीव जागा असतील. तसेच इतर मागास वर्गासाठी २७ टक्के आरक्षण असेल. महिलांसाठी ३३ टक्के आरक्षण ठेवण्यात आले. अनुसूचित जाती-जमातीतील महिलांसाठीदेखील आरक्षणाची तरतूद केली गेली. १९९२ साली महिलांसाठी ३० टक्के तर १९९४ मध्ये ३३ टक्के व २०१३ मध्ये ५० टक्के आरक्षणाची तरतूद आहे. राखीव मतदार संघ चक्राकार पद्धतीने असतील; तसेच अधिकार पददेखील राखीव ठेवण्यात आले.

५) **पंचायत संस्थांचा कार्यकाल :** या पंचायत संस्थांचा कार्यकाल ५ वर्षांचा असेल हे निश्चित करण्यात आले. काही कारणांमुळे या संस्था मुदतपूर्व बरखास्त झाल्या तर ६ महिन्याच्या आतमध्ये निवडणूक घेणे राज्य सरकारवर बंधनकारक असेल असे निश्चित करण्यात आले.

६) **पंचायतराज संस्थांचे अधिकार व कार्ये** : त्र्याहत्तराव्या घटनादुरुस्तीने पंचायतराज संस्थेच्या अधिकार व कार्याबाबत महत्त्वपूर्ण तरतूदी केल्या. कृषी, शिक्षण, पाणी, सामाजिक सलोखा, महिला व बालविकास अशा महत्त्वपूर्ण बाबी पंचायतराज संस्थेकडे सोपविल्या. राज्यघटनेच्या ११ व्या अनुसूचित त्या समाविष्ट केल्या.

७) **राज्य वित्त आयोग :** त्र्याहत्तराव्या घटनादुरुस्तीने पंचायतराज संस्थांना अनुदान देण्याची जबाबदारी राज्य सरकारवर सोपवली. प्रत्येक ५ वर्षासाठी राज्यपाल राज्य वित्त आयोगाची स्थापना करतील. पंचायतराज संस्थाना पैसे देणे, त्याची आर्थिक स्थिती सुधारणे यासंबंधी हा आयोग शिफारशी करेल.

८) **राज्य निवडणूक आयोग :** या घटनादुरुस्तीने 'राज्य निवडणूक आयोग' स्थापन करण्यात आला. मतदार याद्या तयार करण्यापासून ते निवडणूक निकालापर्यंतची कार्ये करण्याची जबाबदारी राज्य निवडणूक आयोगावर सोपवण्यात आली. पंचायतराज संस्थांच्या निवडणुका पार पाडण्याची जबाबदारी या आयोगावर सोपविण्यात आली.

९) **उत्पन्नाची साधने :** त्र्याहत्तराव्या घटनादुरुस्तीने पंचायतराज संस्थांना उत्पन्नाची साधने उपलब्ध करून दिली. कर, जकात कर, पथकर वसूल करण्याचा अधिकार पंचायतराज संस्थांना मिळाला.

ब) कलम २४३ मधील घटनात्मक बदल

(Constitutional Change in Article 243)

भारतीय संविधानातील पंचायतराज व्यवस्थेसंदर्भातील तरतुदी

पंचायती : व्याख्या

भारतीय राज्यघटनेच्या २४३ कलमानुसार पंचायतीची व्याख्या पुढीलप्रमाणे आहे.

१) 'जिल्हा' याचा अर्थ, एखाद्या राज्यातील जिल्हा, असा आहे.

२) 'ग्रामसभा' याचा अर्थ, ग्राम पातळीवरील पंचायत क्षेत्रांमध्ये अंतर्भूत असलेल्या एखाद्या गावाशी संबंधीत असलेल्या मतदार यादीत ज्यांची नावे नोंदण्यात आलेली असतील, अशा व्यक्तींचा मिळून बनलेला गट, असा आहे.

३) 'मधली पातळी' याचा अर्थ, एखाद्या राज्याच्या राज्यपालाने या भागाच्या प्रयोजनांसाठी, मध्यम पातळी म्हणून जाहीर अधिसूचनेद्वारे विनिर्दिष्ट केली असेल, अशी ग्राम व जिल्हा पातळी यांमधील पातळी, असा आहे.

४) 'पंचायत' याचा अर्थ, ग्रामीण क्षेत्रांसाठी अनुच्छेद २४३ अ अन्वये घटित करण्यात आलेली स्वराज्य संस्था (मग तिला कोणत्याही नावाने संबोधण्यात येवो.) असा आहे.

५) 'पंचायत क्षेत्र' याचा अर्थ, एखाद्या पंचायतीचे प्रादेशिक क्षेत्र, असा आहे.

६) 'लोकसंख्या' याचा अर्थ, जिचे संबद्ध आकडे प्रकाशित करण्यात आले असतील अशा लगतपूर्वीच्या जनगणनेद्वारे निश्चित करण्यात आलेली लोकसंख्या, असा आहे.

७) 'ग्राम' याचा अर्थ, एखाद्या राज्यपालाने या भागाच्या प्रयोजनांसाठी जे ग्राम आहे, असे जाहीर अधिसूचनेद्वारे विनिर्दिष्ट केले असेल ते ग्राम असा आहे. आणि यात अशा प्रकारे विनिर्दिष्ट केलेल्या ग्रामांच्या गटांचाही समावेश होतो.

२४३ क कलमानुसार

ग्रामसभा, ग्राम पातळीवर राज्याचे विधानमंडळ कायद्याद्वारे तरतूद करील अशा अधिकारांचा वापर करू शकेल व अशी कार्ये करू शकेल.

२४३ ख कलमानुसार

या भागाच्या तरतुदीनुसार प्रत्येक राज्याचे ग्राम पातळीवर, मधल्या पातळीवर व जिल्हा पातळीवर पंचायती स्थापित करण्यात येतील.

खंड (१) मध्ये काहीही अंतर्भूत असले तरी, वीस लाखांपेक्षा अधिक लोकसंख्या नसेल, अशा एखाद्या राज्यात मधल्या पातळीवरील पंचायती घटित करण्यात येणार नाहीत.

२४३ ग कलमानुसार

या भागाच्या तरतुदींच्या अधीन राहून राज्य विधानमंडळ पंचायतींच्या रचनेच्या संबंधात कायद्याद्वारे तरतूद करू शकेल. परंतु कोणत्याही पातळीवरील पंचायतीच्या प्रादेशिक क्षेत्राची लोकसंख्या आणि अशा क्षेत्रातील निवडणुकीद्वारे भरावयाच्या जागांची संख्या यांचे गुणोत्तर, व्यवहार होईल तोपर्यंत संपूर्ण राज्यभर सारखेच राहील.

खंड (२) नुसार पंचायतीमधील सर्व जागा पंचायत क्षेत्रातील प्रादेशिक मतदारसंघातून प्रत्यक्ष निवडणुकीद्वारे निवडलेल्या व्यक्तीद्वारे भरण्यात येतील आणि या प्रयोजनासाठी प्रत्येक पंचायती क्षेत्राची मतदारसंघामध्ये अशा प्रकारे विभागणी करण्यात येईल की, प्रत्येक मतदारसंघातील लोकसंख्या आणि त्या मतदारसंघासाठी नेमून दिलेल्या जागांची संख्या यांचे गुणोत्तर, व्यवहार होईल तोवर, संपूर्ण पंचायत क्षेत्रामध्ये सारखेच राहील.

(३) राज्य विधानमंडळ कायद्याद्वारे; (क) ग्राम पातळीवरील पंचायतीच्या या सभाध्यक्षांना मधल्या पातळीवरील पंचायतीमध्ये किंवा जेथे मधल्या पातळीवरील पंचायती नसतील अशा एखाद्या राज्याच्या बाबतीत जिल्हा पातळीवरील पंचायतीमध्ये; (ख) मध्यम पातळीवरील पंचायतीच्या सभाध्यक्षांना पातळीवरील पंचायतीमध्ये तर (ग) जो मतदारसंघ ग्राम पातळीव्यतिरिक्त अन्य पातळीवरील पूर्ण किंवा आंशिक पंचायती क्षेत्र मिळून बनलेला आहे, त्या मतदारसंघाचे प्रतिनिधित्व करणाऱ्या लोकसभा सदस्यांना आणि राज्याच्या विधानसभा सदस्यांना अशा पंचायतीमध्ये (घ) राज्यसभा सदस्य व विधानपरिषद सदस्य यांना, (एक) ते जर मधल्या पातळीवरील एखाद्या पंचायत क्षेत्रामध्ये, नोंदणी झालेले मतदार असतील व मधल्या पातळीवरील

पंचायतीमध्ये, (दोन) ते जर जिल्हा पातळीवरील पंचायत क्षेत्रामध्ये, नोंदणी झालेले मतदार असतील तर जिल्हा पातळीवरील पंचायतीमध्ये, प्रतिनिधित्व देण्यासाठी तरतूद करू शकेल.

(४) पंचायतीच्या सभाध्यक्षाला आणि पंचायतीच्या इतर सदस्यांना; मग ते पंचायत क्षेत्रातील प्रादेशिक मतदारसंघातून थेट निवडणुकीद्वारे निवडून आलेले असोत वा नसोत त्यांना पंचायतीच्या बैठकीमध्ये मतदान करण्याचा अधिकार असेल.

(५) (क) ग्राम पातळीवरील पंचायतीचा सभाध्यक्ष हा राज्य विधानमंडळ कायद्याद्वारे तरतूद करील त्या रीतीने निवडण्यात येईल (ख) मधल्या पातळीवरील किंवा जिल्हा पातळीवरील पंचायतीचा सभाध्यक्ष तिच्या सदस्यांमधून व त्याच्याकडून निवडण्यात येईल.

२४३ घ कलमानुसार

(१) प्रत्येक पंचायतीमध्ये...

(क) अनुसूचित जातीसाठी आणि

(ख) अनुसूचित जनजातींसाठी,

जागा राखून ठेवण्यात येतील आणि अशा प्रकारे राखून ठेवण्यात आलेल्या जागांच्या संख्येचे त्या पंचायतीमध्ये थेट निवडणुकीद्वारे भरावयाच्या जागांच्या एकूण संख्येशी असलेले प्रमाण, हे शक्य होईल तोवर, त्या पंचायत क्षेत्रामधील एकूण लोकसंख्येचे जे प्रमाण असेल तेच असेल आणि पंचायतीमधील विविध मतदारसंघामध्ये आळीपाळीने अशा जागांचे वाटप करण्यात येईल.

(२) खंड (१) खाली राखून ठेवलेल्या जागांच्या एकूण संख्येच्या १/३ पेक्षा कमी नसतील एवढ्या जागा अनुसूचित जातीच्या, किंवा यथास्थिति, अनुसूचित जनजातीच्या महिलांसाठी राखून ठेवण्यात येतील.

(३) प्रत्येक पंचायतीमध्ये थेट निवडणुकीद्वारे भरावयाच्या जागांच्या एकूण संख्येच्या १/३ पेक्षा कमी नसतील एवढ्या जागा (अनुसूचित जातीच्या व अनुसूचित जमातीच्या महिलांसाठी राखून ठेवलेल्या जागा धरून) महिलांसाठी राखून ठेवण्यात येतील आणि पंचायतीमधील विविध मतदारसंघामध्ये आळीपाळीने अशा जागांचे वाटप करण्यात येईल.

(४) ग्राम किंवा अन्य कोणत्याही पातळीवरील पंचायतीमधील सभाध्यक्षांची पदे, राज्य विधानमंडळ कायद्याद्वारे तरतूद करील, अशा रीतीने अनुसूचित जातीच्या

व अनुसूचित जमातीच्या महिला यांच्यासाठी राखून ठेवण्यात येतील.

परंतु, कोणत्याही राज्यामधील प्रत्येक पातळीवरील पंचायतीमधील अनुसूचित जातीच्या व अनुसूचित जमातीसाठी राखून ठेवलेल्या सभाध्यक्षांच्या पदांच्या संख्येचे प्रत्येक पातळीवरील पंचायतीमधील अशा पदांच्या एकूण संख्येशी असलेले प्रमाण हे, शक्य होईल तेथवर, राज्यामधील अनुसूचित जातीच्या व अनुसूचित जमातीच्या लोकसंख्येचे राज्याच्या एकूण लोकसंख्येशी जे प्रमाण असेल त्याच प्रमाणाएवढे असेल.

परंतु आणखी असे की, प्रत्येक पातळीवरील पंचायतीमधील सभाध्यक्षांच्या पदांच्या संख्येच्या १/३ पेक्षा कमी नसतील, एवढी पदे महिलांसाठी राखून ठेवण्यात येतील.

परंतु या खंडानुसार राखून ठेवलेल्या या पदांचे, प्रत्येक पातळीवरील विविध पंचायतीमध्ये आळीपाळीने वाटप करण्यात येईल.

(५) खंड (१) आणि (२) खालील जागांचे आरक्षण आणि खंड (४) खालील सभाध्यक्षांच्या पदांचे आरक्षण हे (महिलांसाठी असलेल्या आरक्षणाव्यतिरिक्त) अनुच्छेद ३३४ मध्ये विनिर्दिष्ट केलेल्या कालावधी समाप्त झाल्यावर निष्प्रभावी होईल.

(६) या भागामधील कोणत्याही गोष्टीमुळे, कोणत्याही राज्याच्या विधानमंडळास, मागासवर्गीय नागरिकांसाठी कोणत्याही पंचायतीमध्ये जागा राखून ठेवण्याकरता किंवा कोणत्याही पातळीवरील पंचायतीमधील सभाध्यक्षांची पदे राखून ठेवण्याकरता कोणतीही तरतूद करण्यास प्रतिबंध होणार नाही.

२४३ ड कलमानुसार

(१) प्रत्येक पंचायत, जिल्हा पहिल्या बैठकीकरता नियत केलेल्या दिनांकापासून पाच वर्षांपर्यंत, त्या काळी अंमलात असलेल्या कोणत्याही कायद्याखाली, ती तत्पूर्वी विसर्जित झाली नसेल तर, अस्तित्वात राहील, त्यापेक्षा अधिक काळ नाही.

(२) त्या त्या काळी अमलात असलेल्या कोणत्याही कायद्यामधील कोणतीही सुधारणा ही, अशा सुधारणेच्या लगतपुर्वी कार्यरत असलेल्या कोणत्याही पातळीवरील कोणत्याही पंचायतीचा खंड (१) मध्ये विनिर्दिष्ट केलेला कालावधी जोपर्यंत समाप्त होत नाही तोपर्यंत विसर्जन करण्याकरता कारणीभूत ठरणार नाही.

(३) पंचायती घटित करण्यासाठी...

(क) खंड (१) मध्ये विनिर्दिष्ट केलेला तिचा कालावधी समाप्त होण्यापूर्वी,

(ख) तिचे विसर्जन झाल्याच्या दिनांकापासून सहा महिन्यांचा कालावधी

समाप्त होण्यापूर्वी निवडणूक घेण्यात येईल.

परंतु, ज्या कालावधीसाठी विसर्जित पंचायत चालू राहिली असती, तो उर्वरित कालावधी सहा महिन्यांपेक्षा कमी असेल त्या बाबतीत, त्या कालावधीसाठी पंचायत घटित करण्याकरता या खंडानुसार कोणतीही निवडणूक घेण्याची आवश्यकता असणार नाही.

(४) एखाद्या पंचायतीचा कालावधी समाप्त होण्यापूर्वी, तिचे विसर्जन झाल्यामुळे घटित करण्यात आलेली पंचायत ही, खंड (१) नुसार ज्या उर्वरित कालावधीसाठी ती विसर्जित पंचायत, जिचे विसर्जन झाले नसते तर अस्तित्वात राहिली असती, तेवढ्याच उर्वरित कालावधीसाठी अस्तित्वात राहील.

२४३ च कलमानुसार

(१) एखादी व्यक्ती एखाद्या पंचायतीची सदस्य म्हणून निवडली जाण्यास किंवा सदस्य असण्यास पुढील बाबतीत अपात्र असेल,

(क) संबंधित राज्य विधानमंडळाच्या निवडणुकांच्या प्रयोजनार्थ, त्या त्या काही अमलात असलेल्या कोणत्याही कायद्याद्वारे किंवा त्याखाली सदस्यत्त्वकरिता तिला अशा प्रकारे अपात्र ठरविण्यात आलेले असेल तर, परंतु कोणत्याही व्यक्तीस, तिने वयाची एकवीस वर्षे पूर्ण केलेली असल्यास, ती पंचवीस वर्षांपेक्षा कमी वयाची आहे, या कारणास्तव अपात्र ठरवण्यात येणार नाही; (ख) राज्य विधानमंडळाने केलेल्या कोणत्याही कायद्याद्वारे किंवा त्याखाली तिला अशा प्रकारे अपात्र ठरविण्यात आलेले असेल तर

(२) पंचायतीचा एखादा सदस्य, खंड (१) मध्ये नमूद केलेल्या कोणत्याही प्रकारे अपात्र ठरला आहे किंवा काय, याबाबत कोणताही प्रश्न निर्माण झाल्यास तो प्रश्न, राज्य विधानमंडळ कायद्याद्वारे तरतूद करील, अशा रीतीने आणि अशा प्राधिकाऱ्याकडे निर्णयार्थ सोपविण्यात येईल.

आर्थिक स्थितीचे पुनर्विलोकन करण्यासाठी वित्त आयोग घटित करणे

२४३ अ कलमानुसार

(१) राज्याचा राज्यपाल, संविधान (त्र्याहत्तरावी सुधारणा) अधिनियम, १९९२ याच्या प्रारंभापासून, शक्य होईल तेथवर, एक वर्षाच्या आत आणि त्यानंतर प्रत्येक पाचवे वर्ष संपताच पंचायतीच्या आर्थिक स्थितीचे पुनर्विलोकन करण्यासाठी एक वित्त आयोग घटित करील आणि तो पुढील बाबींच्या संबंधात राज्यपालाकडे शिफारशी

करील.

(क) (एक) या भागानुसार ज्याची राज्य आणि पंचायतीमध्ये विभागणी करता येईल अशा, राज्यांनी आकारण्याजोगे असलेले कर, शुल्क, पथकर आणि फी यापासून मिळणाऱ्या निव्वळ उत्पन्नाचे राज्य आणि पंचायतीमध्ये वितरण आणि अशा उत्पन्नाच्या त्यांच्या त्यांच्या हिश्श्याने सर्व पातळ्यांवरील पंचायतीमध्ये वाटप.

(दोन) पंचायतीकडे नेमून दिले जाणारे किंवा पंचायतीकडून विनियोजित केले जाणारे कर, शुल्क आणि फी यांचे निर्धारण, (तीन) राज्याच्या एकत्रित निधीतून पंचायतींना द्यावयाचे सहायक अनुदान, यांचे नियंत्रण करणारी तत्त्वे, (ख) पंचायतीची आर्थिक स्थिती सुधारण्यासाठी आवश्यक असलेल्या उपाययोजना; (ग) पंचायतीची आर्थिक स्थिती मजबूत होण्यासाठी राज्यपालाने वित्त आयोगाकडे निर्दिष्ट केलेली अन्य कोणतीही बाब.

(२) राज्याचे विधानमंडळ कायद्याद्वारे आयोगाच्या रचनेबाबत, म्हणजे आयोगाचे सदस्य म्हणून नियुक्त करताना आवश्यक असलेल्या पात्रता आणि सदस्यांची निवड करण्याची पद्धती, याबाबत तरतूद करू शकेल.

(३) आयोग, त्याची कार्यपद्धती निश्चित करील आणि त्याला त्याची कार्ये पार पाडण्यासाठी राज्याचे विधानमंडळ कायद्याने प्रदान करील असे अधिकार असतील.

(४) राज्यपाल, आयोगाने या अनुच्छेदान्वये केलेली प्रत्येक शिफारस आणि त्याबाबत केलेल्या कार्यवाहीसंबंधीचे एक स्पष्टीकरणात्मक ज्ञापन राज्याच्या विधानमंडळापुढे मांडण्याची व्यवस्था करील.

२४३ त्र कलमानुसार

राज्याचे विधानमंडळ, पंचायतीकडून लेखे ठेवले जाण्याच्या संबंधात आणि अशा लेख्यांच्या लेखापरीक्षेच्या संबंधात कायद्याद्वारे तरतूद करील.

२४३ ट कलमानुसार

(१) पंचायतीच्या सर्व निवडणुकांसाठी मतदारयाद्या तयार करण्याचा कामाचे अधिक्षण, संचालन आणि नियंत्रण आणि अशा निवडणकांचे आयोजन, या बाबी राज्य निवडणूक आयोगाकडे निहित असतील. या आयोगात राज्यपालाकडून नियुक्त केल्या जाणाऱ्या राज्य निवडणूक आयुक्ताचा समावेश असेल.

(२) राज्य निवडणूक आयुक्ताच्या पदाच्या सेवाशर्ती आणि पदावधी, राज्याच्या

विधानमंडळाकडून केल्या जाणाऱ्या कोणत्याही कायद्याच्या तरतुदींना अधीन राहून, राज्यपाल नियमाद्वारे निश्चित करील त्याप्रमाणे असेल.

परंतु, उच्च न्यायालयाच्या न्यायाधीशाला त्याच्या पदावरून ज्या रीतीने व ज्या कारणावरून दूर केले जाते त्या व्यतिरिक्त अन्य रीतीने व अन्य कारणावरून राज्य निवडणूक आयक्ताला दूर केले जाणार नाही, आणि राज्य निवडणूक आयुक्ताच्या सेवाशर्तींमध्ये त्याच्या नियुक्तीनंतर, त्याला नुकसानकारक होतील अशा प्रकारे बदल केला जाणार नाही.

(३) राज्य निवडणूक आयोगाने खंड (१) द्वारे त्याच्यावर सोपविण्यात आलेली कार्ये पार पाडण्यासाठी आवश्यक तो कर्मचारी वर्ग उपलब्ध करून द्यावा, अशी विनंती केल्यास, राज्याचा राज्यपाल, त्यास तो कर्मचारी वर्ग उपलब्ध करून देईल.

(४) या संविधानाच्या तरतुदींच्या अधीन राहून राज्याचे विधानमंडळ, कायद्याद्वारे पंचायतीच्या निवडणुकांच्या सर्व संबंधित व आनुषंगिक बाबींसाठी तरतूद करील.

निवडणुकीसंबंधीच्या बाबींमध्ये न्यायालयांनी हस्तक्षेप करण्यास रोध

२४३ ण कलमानुसार

(क) अनुच्छेद २४३ ट खाली केलेल्या किंवा केल्याचे अभिप्रेत असलेल्या मतदारसंघाच्या सीमा निश्चित करणे किंवा अशा मतदारसंघामध्ये जागांची वाटणी करणे यांच्याशी संबंधित कोणत्याही कायद्याची विधिग्राहता कोणत्याही न्यायालयात प्रश्नास्पद करता येणार नाही.

(ख) कोणत्याही पंचायतीची कोणतीही निवडणूक राज्य विधानमंडळाने केलेल्या कोणत्याही कायद्याद्वारे किंवा तदन्वये, तरतूद केलेल्या प्राधिकाऱ्यांकडे आणि तशा रीतीने, निवडणूक विनंती अर्ज सादर केल्याखेरीज अन्य रीतीने प्रश्नास्पद करता येणार नाही.) (mahasec.maharashtra.gov.in)

क) ग्रामसभा व ग्रामपंचायत (Gram Sabha and Gram Panchayat)

ग्रामसभा :

रचना

ज्या गावामध्ये ग्रामपंचायत आहे त्या गावामध्ये मुंबई ग्रामपंचायत अधिनियम १९५८ च्या कलम १८६(१) नुसार ग्रामसभा स्थापन करणे महाराष्ट्र शासनाला बंधनकारक आहे. गावातील सर्व मतदारांची सामान्य सभा म्हणजे 'ग्रामसभा' होय.

'ग्रामपंचायत' ही ग्रामसभेची कार्यकारी समिती असते. तिच्यामार्फत गावाचा कारभार केला जातो. साधारणपणे ग्रामपंचायत स्थापन करण्याबाबतच्या ज्या अटी आहेत त्या अटींवरच ग्रामसभेची रचना केली जाते. याचा अर्थ त्या क्षेत्रातील किंवा गावातील लोकसंख्या कमीतकमी ६०० असावी लागते. भारतातील सर्वच घटक राज्यांचा विचार केला तर कमीतकमी ६०० ते जास्तीत जास्त ५००० लोकसंख्या असलेल्या गावाकरता ग्रामपंचायत स्थापन केली जाते. ग्रामसभा, सरपंच, ग्रामसेवक, ग्रामरक्षादल, न्यायपंचायती ही ग्रामपंचायतीची प्रशासकीय अंगे मानली पाहिजेत. यामध्ये ग्रामसभा हा अत्यंत महत्त्वाचा घटक आहे. ओरिसामध्ये ग्रामसभेला 'पालीसभा'; बिहारमध्ये 'पंचायत' तर आसाम, दिल्ली व उत्तर प्रदेशमध्ये तिला 'गावसभा' म्हणतात. महाराष्ट्रामध्ये तिला 'ग्रामसभा' म्हणतात.

आंध्रप्रदेश, केरळ, तमिळनाडू, कर्नाटक व राजस्थान ही राज्ये वगळता इतर राज्यात ग्रामसभा ही कायदेशीर संस्था मानली जाते. बलवंतराय मेहता समितीच्या अहवालात ग्रामसभेची गरज स्पष्ट केलेली नाही. याचा अर्थ ग्रामसभा हा नंतरच्या काळात झालेला विकास आहे. १९४७ नंतर बिहार व उत्तर प्रदेशात ग्रामसभा अस्तित्वात होत्या. ग्रामसभेची रचना सर्वत्र सारखीच असल्याचे दिसून येत नाही.

१) कर्नाटक, राजस्थान या राज्यातील ग्रामपंचायत कायद्यानुसार पंचायतीच्या क्षेत्रातील सर्व प्रौढांची सभा घेण्याची तरतूद आहे.
२) आंध्र, ओरिसा या राज्यांमध्ये ती गावातील सर्व रहिवाशांची सभा आहे.
३) इतर घटक राज्यांमध्ये ती प्रौढ मताधिकार प्राप्त झालेल्यांची व मतदार यादीत नाव असलेल्यांची सभा आहे. जी व्यक्ती मानसिक रुग्ण, दिवाळखोर आहे व ज्या व्यक्तीला फौजदारी गुन्ह्याखाली शिक्षा झालेली आहे, अशा व्यक्तीला ग्रामसभेचे सभासदत्व मिळत नाही.

कामाचे स्वरूप

'ग्रामसभा' खऱ्या अर्थाने केवळ लोकांची प्रातिनिधिक सभा नाही; तर ती स्वतः 'लोक' म्हणजे 'जनता' आहे. पंचायती राज्याच्या संरचनेत ही एकच अशी राजकीय संस्था आहे की ज्या संस्थेमध्ये प्रत्यक्ष लोकशाही दिसून येते, असे पंचायती राज्य चळवळीतील ग्रामसभेच्या स्थानाचा अभ्यास करणाऱ्या गटाने दिलेल्या अहवालात स्पष्ट केलेले आहे. तसेच १९५९ मध्ये स्थानिक शासनाच्या केंद्रीय समितीने ग्रामसभेची महत्त्वाची भूमिका स्पष्ट केली आणि म्हटले की, पंचायती राज्यव्यवस्थेमध्ये जनतेच्या मनात पंचायती राज्याबद्दल आवड व आस्था निर्माण करणे, ग्रामीण विकासात

जनतेचा सहभाग वाढविणे, हीच ग्रामसभेची महत्त्वाची भूमिका आहे. (सामूहिक विकास आणि सहकार मंत्रालय, नवी दिल्ली, अहवाल १९६३.)

ग्रामसभेचे अधिकार व कामे

ग्रामसभेला खालील अधिकार असून त्या अनुषंगाने तिला पुढील महत्त्वाची कामे करावी लागतात.

१) ग्रामपंचायतीचे वार्षिक जमा-खर्च तपासणे, ते मान्य करणे; तसेच लेखापरीक्षणाचे अहवाल मान्य करणे. म्हणजेच ग्रामपंचायतीचे वार्षिक अंदाजपत्रक मंजूर करणे.

२) ग्रामपंचायतीचे मागील वार्षिक प्रशासनविषयक अहवाल, हिशोब व ऑडिट अहवाल मान्य करणे. तसेच आगामी वर्षाच्या कार्यक्रमांना संमती देणे.

३) कर लागू करण्याबाबतच्या प्रस्तावांना संमती देणे; तसेच सार्वजनिक सेवा, स्वयंस्फूर्त श्रम इत्यादींचा समावेश असलेल्या कार्यक्रमाच्या स्वरूपांना संमती देणे.

४) ग्रामपंचायतीचे सभासद निवडणे.

५) गावातील उत्पादनव्यवस्थेच्या योजनेला मंजूरी देणे.

६) ग्रामसभाही राज्यशासन तसेच केंद्र शासनाच्या व्यक्तीगत लाभधारक योजनेकरिता लाभधारकांची निवड करील.

७) ग्रामसभा ही सर्वसाधारपणे पुढच्या सभेचा दिनांक, वेळ, ठिकाण तिच्या अगोदरच्या सभेत निश्चित करतील.

८) ग्राम विकास आराखडा तयार करणे व त्यास मंजुरी देणे.

कार्यपद्धती

महाराष्ट्रात ग्रामसभेने वर्षातून कमीतकमी चार बैठका घ्याव्यात, असे कायदेशीर बंधन आहे. २६ जानेवारी, १५ ऑगस्ट, १ मे व २ ऑक्टोबर यादिवशी ग्रामसभेच्या बैठका होतात. ग्रामपंचायतीचा प्रमुख म्हणजे 'सरपंच' हा ग्रामसभेच्या बैठका आयोजित करतो. सरपंच उपस्थित नसेल तर उपसरपंचांना हे कार्य करावे लागते. सरपंचाने किंवा उपसरपंचाने ग्रामसभेची बैठक आयोजित करण्यामध्ये टाळाटाळ केली, दिरंगाई केली किंवा बोलाविली नाही तर तो त्याच्या पदावर काम करण्यास पात्र नाही, असे ठरविता येते. ग्रामसभेच्या अध्यक्षस्थानी सरपंच किंवा उपसरपंच असतात. त्याच्या गैरहजेरीत

ग्रामपंचायत सदस्यांपैकी एकाची; ग्रामसभेच्या अध्यक्षपदी निवड केली जाते. ग्रामसभेच्या वर्षातील दोन बैठकांपैकी पहिली बैठक आर्थिक वर्ष सुरू झाल्यानंतर दोन महिन्यांच्या आत बोलवावी लागते. या ग्रामसभेच्या बैठकीत ग्रामपंचायतीचे वार्षिक हिशोब, प्रशासकीय अहवाल, चालू वर्षात अमलात आणावयाच्या विकास योजनांचा आराखडा, मागील वर्षाचे लेखा-परीक्षण अहवाल मांडले जातात. त्यामुळे ग्रामपंचायतीला आपल्या कामामध्ये सुधारणा करण्याबरोबरच भविष्यकाळाचेदेखील अचूक नियोजन करता येते. पंजाबमध्ये ग्रामसभेच्या बैठका वर्षातून २ वेळा होतात. पहिली बैठक 'सावनी' व दुसरी बैठक 'हारी' या हंगामात भरते. तेथील पंचायत कायद्यानुसार ग्रामसभेच्या सावनी बैठकीत ग्रामपंचायतीने तयार केलेल्या ग्रामसभांना मान्यता देणे; तर 'हारी' बैठकीत ग्रामपंचायतीच्या अहवालाला संमती देणे हे काम चालते. ओरिसा राज्यामध्ये ग्रामसभेची बैठक वर्षातून एकदाच भरते. त्यासाठी विशेष तरतूद करण्यात आली आहे. तेथील ग्रामपंचायत नियमानुसार ग्रामसभा (पालीसभा) हाती घ्यावयाच्या विकास कार्यक्रमाबाबत स्पष्टीकरण करते. शिवाय आपल्या कार्यक्रमात सर्व सुदृढ स्त्री-पुरुषांकडून श्रम करून घेण्याची सूचना ग्रामसभा करू शकते. अशा प्रकारची तरतूद ओरिसाप्रमाणेच आंध्र, उत्तरप्रदेश, राजस्थान आणि पंजाब या राज्यातही आहे. बहुतांश घटक राज्यांमध्ये ग्रामसभेची बैठक वर्षातून दोनदा होते. जम्मू-काश्मीरमध्ये मात्र ही बैठक एकदाच होते.

ग्रामसभा हा लोकशाहीचा पाया

'ग्रामसभा' हा पंचायतीराजचा महत्त्वाचा पाया आहे. म्हणून एक महत्त्वाची स्थानिक स्वराज्य संस्था या नात्याने तिने कार्य केले पाहिजे. ग्रामपंचायतीने लोकशाही पद्धतीने कार्य करावे याकरता ग्रामसभेने तिच्यावर प्रभाव टाकला पाहिजे. परंतु, दुर्दैवाने ग्रामसभा प्रभावीपणे काम करताना दिसत नाही. त्याची कारणे खालीलप्रमाणे आहेत.

१) ग्रामसभेच्या बैठका सातत्याने होत नाहीत. शिवाय तिच्या कामकाजाला प्रसिद्धी दिली जात नाही.

२) ग्रामसभेचे सभासद तिच्या कामकाजामध्ये उत्साहाने भाग घेत नाहीत.

३) बलवंतराय मेहता समितीने केलेल्या शिफारशीमध्ये ग्रामसभेची तरतूद करण्यात आली नव्हती.

ग्रामसभा हा पंचायतीराजमधील सर्वात कनिष्ठ स्तर असल्याने राज्य सरकारकडून व पंचायतीराज संस्थांकडून तिला खऱ्या अर्थाने कायदेशीर मान्यता मिळाली नाही. म्हणून पंचायतराजची संकल्पना यशस्वी करावयाची असेल तर लोकशाहीचा पाया

समजल्या जाणाऱ्या या ग्रामसभेने कार्यक्षमतेने काम केले पाहिजे. तसेच ग्रामस्थांना ग्रामपातळीवर सहभाग घेण्यास व संघटित भूमिका घेण्यास प्रशिक्षित केले पाहिजे.

कार्यक्षेत्र

ग्रामसभेचे कार्यक्षेत्र महसुली गावांपुरते मर्यादित असते. आसाम, गुजरात, महाराष्ट्र, पंजाब, राजस्थान आणि उत्तरप्रदेश या राज्यांमध्ये काही गट ग्रामसभा आहेत व प्रत्येक राज्यामध्ये त्यांची सदस्यसंख्या वेगवेगळी असल्याचे दिसून येते. म्हणजे कमीतकमी २५० ते जास्तीतजास्त ५००० अशी सदस्यसंख्या दिसून येते.

सारांश

पंचायतराज व्यवस्थेतील सर्वात कनिष्ठ परंतु महत्त्वाचा असा भाग म्हणून 'ग्रामसभे'कडे पाहिले जाते. लोकशिक्षण, लोकजागृती, लोकनियंत्रण ग्रामीण स्तरावर साध्य करण्यासाठी 'ग्रामसभा' उपयुक्त संस्था आहे. ग्रामसभेच्या माध्यमातून गावातील लोकांचा, गाव विकासामध्ये सहभाग वाढविता येतो. ग्रामसभेचे कार्यक्षेत्र गावापुरते मर्यादित असले तरी गावाच्या समस्या सोडविण्यामध्ये व गावाच्या विकासामध्ये तिची भूमिका महत्त्वपूर्ण आहे.

ग्रामपंचायत

प्रस्तावना

त्रिस्तरीय पंचायतराज व्यवस्थेतील पायाभूत घटक म्हणजे 'ग्रामपंचायत' होय. महाराष्ट्रातील ग्रामपंचायतींचा कारभार १९५८ या कायद्यातील तरतुदी व त्यामध्ये केलेल्या दुरुस्त्यांनुसार केला जातो. जिल्हा परिषद व पंचायत समित्यांपेक्षा स्वतंत्र पद्धतीने महाराष्ट्रात ग्रामपंचायतीची निर्मिती झालेली असली; तरीसुद्धा ग्रामपंचायत कार्याच्या दृष्टीने जिल्हा परिषद व पंचायत समिती यांच्याशी संलग्न असते.

ग्रामपंचायतीची रचना

ग्रामसभेची कार्यकारी समिती म्हणजे ग्रामपंचायत होय. ग्रामसभेमधून ग्रामपंचायतीचे सदस्य निवडले जातात. ग्रामपंचायतीची रचना विविध राज्यांमध्ये भिन्न आहे. कमीतकमी पाच व जास्तीतजास्त ३५ सभासद ग्रामपंचायतीमध्ये असतात. महाराष्ट्रात ही संख्या ७ ते १७ अशी आहे. जिल्हाधिकारी लोकसंख्येनुसार ग्रामपंचायतीची सदस्य संख्या निश्चित करतो. ६०० पेक्षा जास्त लोकसंख्या असलेल्या गावांसाठी स्वतंत्र ग्रामपंचायत स्थापन करण्यात येते. तर ६०० पेक्षा कमी लोकसंख्या असलेल्या

गावांसाठी ग्रुप ग्रामपंचायत स्थापन करण्यात येते. ही संख्या लोकसंख्येच्या प्रमाणात पुढे दिल्याप्रमाणे असते.

लोकसंख्या	सभासद संख्या
६०० ते १५०० लोकसंख्या	७ सभासद
१५०१ ते ३००० लोकसंख्या	९ सभासद
३००१ ते ४५०० लोकसंख्या	११ सभासद
४५०१ ते ६००० लोकसंख्या	१३ सभासद
६००१ ते ७५०० लोकसंख्या	१५ सभासद
७५०१ पेक्षा जास्त लोकसंख्या	१७ सभासद

महाराष्ट्रातील ग्रामपंचायती

अ. क.	विभाग	क्षेत्रफळ	लोकसंख्या	जिल्हे	ग्रामपंचायत
१	कोकण	३०७२८	२४८८३८३०	७	३०१४
२	नाशिक	५७४४०	१५७३६७८४	५	४९७२
३	पुणे	५७२७५	१९९९७७७८	५	५६४९
४	औरंगाबाद	६४८१३	१५६२९२४८	८	६५८२
५	अमरावती	४६०३५	९९४८३६६	५	३९१०
६	नागपूर	५१२८६	१०६८२६२१	६	३६५५
७	एकूण	३०७५७७	९६८७८६२७	३६	२७७८२

महाराष्ट्रामध्ये एकूण २७७८२ ग्रामपंचायती आहेत. औरंगाबाद विभागामध्ये सर्वात जास्त ग्रामपंचायतींची संख्या आहे. २७७८२ ग्रामपंचायतींपैकी ६५८२ ग्रामपंचायती या औरंगाबाद विभागामध्ये आहेत. त्यानंतर पुणे विभागामध्ये ५६४९ ग्रामपंचायतींची संख्या आहे. नाशिक विभागामध्ये ४९७२, अमरावती विभागामध्ये ३९१०, नागपूर विभागामध्ये ३६५५ ग्रामपंचायतींची संख्या आहे. सर्वात कमी ग्रामपंचायती कोकण विभागात आहेत. २७७८२ पैकी ३०१४ ग्रामपंचायती कोकण विभागात आहेत.

ग्रामपंचायतीचा कार्यकाल

ग्रामपंचायतीचा कार्यकाल पूर्वी चार वर्षांचा होता. बोंगीरवार समितीने पाच वर्षे कार्यकालाची शिफारस केली आहे. सध्या पाच वर्षे कार्यकाल आहे. ग्रामपंचायतींना मुदतवाढ देता येत नाही. त्या बरखास्त केल्यास ६ महिन्यांच्या कालावधीत निवडणूक घेणे कायदेशीररीत्या बंधनकारक आहे.

ग्रामपंचयातीच्या सभासदांची निवड

ग्रामपंचायत सभासदांची निवड प्रौढ मताधिकारानुसार व गुप्त मतदानपद्धतीने होते. जेवढे सभासद निवडावयाचे तेवढेच वॉर्ड (प्रभाग) तयार केले जातात. प्रत्येक वॉर्डातून एक सभासद निवडला जातो. अनुसूचित जाती, जमातीसाठी राखीव जागांची तरतूद आहे. महाराष्ट्रात दोन जागा स्त्रियांसाठी राखीव ठेवण्यात येत होत्या. परंतु १९९४ पासून स्त्रियांसाठी ३३ टक्के जागा राखीव ठेवण्यात येत आहेत व आता ५० टक्के जागा राखीव आहेत.

ग्रामपंचायतीचे पदाधिकारी

प्रत्येक ग्रामपंचायतीला एक सभापती असतो, ज्याला 'सरपंच' म्हणतात. महाराष्ट्रात निवडून आलेल्या सभासदांमधून एकाची 'सरपंचपदी' व दुसऱ्याची 'उपसरपंचपदी' निवड केली जाते. सरकारी सुधार आयोगांच्या मते, 'सरपंचाची निवडणूक न होता, त्यांची निवड करण्यात यावी. कारण गावातील प्रत्येकाचे संबंध इतके घनिष्ठ असतात, की कोणी कोणास मतदान केले, हे समजते. त्यामुळे गरीब लोकांचे जीवन हालाखीचे बनते.' इतर काही घटक राज्यांमध्ये मात्र मतदारामार्फत प्रत्यक्ष पद्धतीने सरपंचाची निवड होते.

ग्रामपंचायतीच्या सरपंचाचे कार्य व अधिकार

१. ग्रामपंचायतीने पास केलेल्या ठरावांची अंमलबजावणी करणे.
२. ग्रामपंचायत आणि ग्रामसभा यांच्या बैठकीचे अध्यक्षस्थान स्वीकारणे.
३. ग्रामसेवकाच्या कार्यावर देखरेख आणि नियंत्रण ठेवणे.
४. ग्रामपंचायतीच्या पैशांच्या व्यवहारावर देखरेख व नियंत्रण ठेवणे.
५. पंचायत समिती आणि ग्रामपंचायत यातील दुवा म्हणून काम करणे.
६. ग्रामपंचायतीच्या बैठकांचे अध्यक्षांचे स्थान स्वीकारणे व बैठकांच्या कार्याचे संचालन करणे.

७. ग्रामपंचायतीची सर्व कागदपत्रे व रजिस्टर आपल्या ताब्यात ठेवणे.
८. ग्रामपंचायतीत काम करणाऱ्या कर्मचाऱ्यांवर देखरेख व नियंत्रण ठेवणे.
९. ग्रामपंचायतीची आवक पहाणे, यात पैसा घेणे, त्याचे वाटप करणे व सर्व पैशाची जबाबदारी घेणे यांचा समावेश होतो.
१०. पंचायत समिती, जिल्हा परिषद किंवा सरकार यांना आवश्यक असणारी माहिती पाठविणे.

सरपंचाची पदरिक्तता

सरपंच आपल्या पदाचा राजीनामा जिल्हा परिषदेच्या अध्यक्षाकडे लिखित स्वरूपात पाठवू शकतो. परंतु जोपर्यंत तो मंजूर होत नाही तोपर्यंत, त्याला पदाचा त्याग करता येत नाही. २/३ बहुमताचा ठराव पास करून, सरपंचाला काढता येते. तसेच त्याच्याविरुद्ध न्यायालयामध्ये फौजदारी खटला चालू असेल, तर त्याला जिल्हाधिकारी निलंबित करू शकतात.

ग्रामसेवक (Village Development Officer - V.D.O.)

गावातील लोक आणि पंचायत समिती यांना जोडणारी व्यक्ती म्हणजे 'ग्रामसेवक' होय. ग्रामपंचायतीचे कार्यालयीन कामकाज व दैनंदिन व्यवहार पाहण्यासाठी ग्रामसेवक या सरकारी कर्मचाऱ्याची नियुक्ती केली जाते. ३००० पेक्षा जास्त लोकसंख्या असलेल्या गावासाठी स्वतंत्र ग्रामसेवक असतो. त्यापेक्षा कमी लोकसंख्या असल्यास ४ ते ५ गावांसाठी एक ग्रामसेवक असतो. त्याची नेमणूक आणि वेतन राज्य सरकार करते.

ग्रामीण लोकांना त्यांच्या प्रश्नांची जाणीव करून देणे, त्यांचे राहणीमान उंचावणे, त्यांच्या उत्पन्नात वाढ घडवून आणणे अशी कार्ये ग्रामसेवकाला करावी लागतात व तो पूर्णवेळ सेवक असतो. ग्रामीण लोक त्याला 'ग्रामविकासाचा तज्ञ' म्हणून ओळखतात. लोक त्याच्यासमोर आपल्या अडचणी मांडतात. ग्रामसेवक आणि लोकांत सुसंवाद असेल तर विकास सहज शक्य होतो. शेती विकासासाठी बी-बियाणे, आधुनिक अवजारे, रासायनिक खते इत्यादींचा वापर करण्यास तो लोकांना सांगतो; त्यामुळे शेतीचे उत्पन्न वाढते.

ग्रामसेवकाला प्रशासकीय कामाशिवाय विकास कामेदेखील करावी लागतात. मेहता समितीने असे सुचविले की, त्याला शेती आणि पशूसंवर्धनापुरतीच जबाबदारी द्यावी व त्याला ग्रामपंचायतीचा 'विकास सचिव' म्हणून ओळखण्यात यावे. केंद्रीय सामुदायिक विकास मंत्रालयाने असे सुचविले की, त्याला 'विस्तार कार्यकर्ता' म्हणून

ओळखावे. राजस्थानमध्ये ग्रामसेवकाला ग्रामपंचायतीचा 'विकास सचिव' म्हणून नियुक्त करण्यात आले आहे. त्याला दोन गावे देण्यात आली. प्रशासकीय जबाबदारी पंचायत सेक्रेटरीला देण्यात आली.

बलवंतराय मेहता समितीच्या शिफारशीनुसार त्याला ६४ कामे करावी लागतात. विकासकार्य आणि राजस्वकार्य ही कामेसुद्धा त्याला देण्यात आली आहेत. म्हणून आज त्याची एकूण ११४ प्रकारची कामे झाली आहेत.

ग्रामसेवकाची महत्त्वाची कार्ये खालीलप्रमाणे आहेत –

१. पूर्ण शेतीविस्तार कार्यक्रम.

२. पूर्ण पशूसंवर्धन कार्यक्रम.

३. स्वास्थ्यासंबंधी पहिली मदतसेवा.

४. प्राथमिक आणि सामाजिक शिक्षणप्रसार.

५. श्रमदान आयोजित करणे.

६. सहकारी संस्थांच्या कार्याची माहिती देणे.

एकूणच गावाच्या विकासामध्ये राजकीय प्रमुख म्हणून सरपंचाची तर प्रशासकीय प्रमुख म्हणून ग्रामसेवकाची भूमिका महत्त्वपूर्ण आहे.

ग्रामपंचायतीची कार्ये

जिल्हा परिषदेच्या मार्गदर्शनाखाली आणि ग्रामपंचायतीच्या वित्तीय मर्यादेमध्ये राहून ग्रामपंचायतीला प्रामुख्याने खालील कार्ये करावी लागतात–

१) आरोग्यविषयक कार्ये

१. पिण्याच्या पाण्याची तसेच जनावरांसाठी पाण्याची सोय करणे.

२. सार्वजनिक विहिरी, रस्ते, गटारे इत्यादी स्वच्छ ठेवणे.

३. आरोग्याविषयी उपद्रवी गोष्टी थांबविणे; तसेच मृत जनावरे गावाबाहेर पाठवून त्यांची विल्हेवाट लावणे, जेणेकरून आरोग्य अबाधित राहिल.

४. स्मशानभूमीची योग्य प्रकारे व्यवस्था करणे.

५. बागा व खेळाच्या मैदानाची व्यवस्था करणे.

६. गावातील केरकचरा, अस्वच्छ खड्डे, गटारी व नाले स्वच्छ ठेवणे.

७. बाल आरोग्यासंबंधी काळजी घेणे.

२) बांधकामविषयक कार्ये

१. सार्वजनिक रस्ते, गटारे, पूल इत्यादी बांधकामे व त्यांची दुरुस्ती व देखरेख ठेवणे.

२. दिवाबत्तीची सोय करणे.

३. बाजार स्थानकावर नियंत्रण ठेवणे.

४. खाटिकखाण्याचे बांधकाम व देखरेख करणे.

५. रस्त्याच्या दुतर्फी झाडे लावणे आणि त्यांच्या वाढीसाठी आवश्यक त्या गोष्टी करून, योग्य प्रकारे जोपासना करणे.

६. धर्मशाळा, कपडे धुण्याचे घाट, बाजारपट्टी बांधणे इत्यादी.

३) शैक्षणिक व सांस्कृतिक कार्ये

१. शिक्षणाचा प्रसार करणे.

२. व्यायामशाळा व करमणूकीची साधने उपलब्ध करून देणे.

३. कला आणि संस्कृती यांची जोपासना करणे.

४. सार्वजनिक ग्रंथालये व वाचनालयाची व्यवस्था करणे.

५. गावातील लोकांचे मनोधैर्य उंचावण्यासाठी कल्याणकारी कार्य हाती घेणे. उदाहरणार्थ, गावात नशाबंदीचा प्रयत्न करणे, भ्रष्टाचार नाहीसा करणे, प्रौढ शिक्षणास उत्तेजन देणे, शेतीविषयक शिक्षण व माहिती देणे.

४) संरक्षणविषयक कार्ये

१. गावाचे संरक्षण, तसेच शेतातील पिकांचे संरक्षण करणे.

२. नागरिकांच्या जीवनाला धोका निर्माण होत असेल, तर त्यापासून नागरिकांचे रक्षण करणे.

३. आगीपासून नागरिकांच्या जीवनाचे व मालमत्तेचे संरक्षण करणे.

५) प्रशासनासंबंधी कार्ये

१. गावातील वॉर्डांना व घरांना क्रमांक देणे.

२. शेती उत्पादन वाढविण्यासाठी योजनाबद्ध कार्यक्रम राबविणे.

३. ग्रामीण विकास योजना राबविण्यासाठी पैशाची मागणी करणे. केंद्र व राज्याने स्वीकृत केलेले पैसे गावाच्या विकासासाठी आणून ते योग्य प्रकारे खर्च करणे.

४. विकास योजना तयार करणे, गायरान जमीन, बाजारपेठ, यात्रेकरू यांवर नियंत्रण ठेवणे.

५. गावातील लोकसंख्येची व जन्ममृत्यूची नोंद ठेवणे.

६) कल्याणकारी कार्ये

१. आजारी, अपंग, दारिद्री लोकांना मदत करणे.

२. पडिक जमीन ग्रामपंचायतीच्या ताब्यात घेऊन तिचा शेतीसाठी उपयोग करणे.

३. गावातील लोकांच्या श्रमदानाने रस्ते तयार करणे व ग्रामविकासात भर टाकणे.

४. स्वस्त धान्याची दुकाने सुरू करणे.

७) शेतीविषयक कार्ये

१. शेती सुधारण्यासाठी प्रयत्न करणे, आदर्श शेती कशी बनवता येईल यासाठी प्रयत्न करणे.

२. धान्याची कोठारे बांधणे.

३. कंपोस्ट खते तयार करणे, सुधारित बी-बियाणे, किटकनाशक औषधे आणि शेती उपयोगी शास्त्रीय अवजारांची माहिती शेतकऱ्यांस देणे.

८) इतर कार्ये

१. चांगल्या जनावरांची पैदास करणे, जनावरांचे रक्षण करणे.

२. गावातील जमीन महसूल गोळा करण्यासाठी संबंधित अधिकाऱ्यास बोलावणे, जमिनीचे रेकॉर्ड ठेवणे.

वरीलप्रमाणे ग्रामपंचायतीची कार्ये व अधिकार आहेत.

सारांश

महाराष्ट्रातील पंचायतराज व्यवस्थेचा ग्रामपंचायत हा मूलभूत पाया आहे. गावाचा सर्वांगीण विकास घडवून आणण्यामध्ये ग्रामपंचायतीची प्रमुख भूमिका आहे. गावाचे प्रश्न सोडविणारी व गावातील लोकांना मूलभूत सेवा-सुविधा पुरविणारी यंत्रणा या दृष्टीने ग्रामपंचायत या संस्थेचे महत्त्व अनन्यसाधारण आहे.

सराव प्रश्न

अ) दिर्घोत्तरी प्रश्न :

१) त्र्याहत्तराव्या घटनादुरुस्तीने केलेले बदल सांगा.

२) त्र्याहत्तराव्या घटनादुरुस्तीचे महत्त्व सांगा.

३) महाराष्ट्रातील स्थानिक शासनाच्या संदर्भात ७३व्या घटनादुरुस्तींने केलेले बदल सांगून त्याचे महत्त्व स्पष्ट करा.

४) त्र्याहत्तराव्या घटना दुरुस्तीची पार्श्वभूमी स्पष्ट करा.

५) कलम २४३ मधील घटनात्मक बदल स्पष्ट करा.

ब) बहुपर्यायी प्रश्न :

१) .... स्थापन करून भारतामध्ये ग्रामीण व शहरी स्थानिक स्वराज्य संस्था निर्माण करण्यात आल्या.

उत्तर: बलवंतराय मेहता समिती

२) स्थानिक स्वराज्य संस्थांना जास्त अधिकार देण्यासाठी केंद्र सरकारने .... केली.

उत्तर: ७३ व ७४ वी घटनादुरुस्ती

३) .... हा मुख्य हेतू ७३ व ७४ घटनादुरुस्तीचा आहे.

उत्तर: राजकीय सत्तेचे विकेंद्रीकरण

४) १९७८ ला .... समितीने पंचायतराज व्यवस्थेचे मूल्यमापन केले.

उत्तर: अशोक मेहता

५) .... रोजी त्र्याहत्तरावी घटना दुरुस्ती करण्यात आली.

उत्तर: २२ डिसेंबर १९९२

६) भारतीय राज्यघटनेच्या .... मध्ये त्र्याहत्तराव्या घटना दुरुस्तीने केलेले बदल समाविष्ट केला.

उत्तर: नवव्या भागात कलम क्र. २४३

७) खालीलपैकी ७३ व्या घटना दुरुस्तीने केलेले बदल कोणते?

अ) ग्रामसभा ब) लोकनिर्वाचित प्रतिनिधी

क) राज्यवित्त आयोग ड) उत्पन्नाची साधने

उत्तर: ड) वरीलपैकी सर्व

८) कोणत्या घटना दुरुस्तीमुळे ग्रामसभेला असणारा वैधानिक दर्जा जाऊन घटनात्मक

दर्जा प्राप्त झाला.

उत्तर : ७३ व्या घटना दुरुस्ती

९) त्रिस्तरीय व्यवस्थेस .... असे म्हटले जाते.

उत्तर : पंचायतराज व्यवस्था

१०) त्र्याहत्तराव्या घटना दुरुस्तीनुसार प्रत्येक ५ वर्षासाठी .... राज्य वित्त आयोगाची स्थापना करतील?

उत्तर : राज्यपाल

११) कोणत्या घटना दुरुस्तीने राज्य निवडणूक आयोग स्थापन करण्यात आला?

उत्तर : त्र्याहत्तराव्या

१२) ७३ व ७४ घटना दुरुस्तीला संमती १९९२ साली संसदेने दिली तर .... सालापासून त्याची अंमलबजावणी सुरू झाली.

उत्तर : १९९४

१३) गामीण व शहरी स्थानिक स्वराज्य संस्थांना घटनात्मक संरक्षण .... घटना दुरुस्तीमुळे दिले गेले.

उत्तर : ७३ व ७४ व्या

१४) पंचायतराज संस्था व शहरी स्थानिक संस्थांच्या संदर्भातील घटना दुरुस्ती म्हणजे .... घटना दुरुस्ती होय.

उत्तर : त्र्याहत्तर व चौऱ्याहत्तरावी

१५) ज्या गावामध्ये ग्रामपंचायत आहे त्या गावामध्ये मुंबई ग्रामपंचायत अधिनियम १९५८ च्या कलम .... नुसार ग्रामसभा स्थापन करणे महाराष्ट्र शासनास बंधनकारक आहे.

उत्तर : कलम १८६ (१)

१६) गावातील सर्व मतदारांची सामान्य सभा म्हणजे ....

उत्तर : ग्रामसभा

१७) भारतातील सर्वच घटक राज्यांचा विचार केला तर कमीतकमी .... ते जास्तीतजास्त .... लोकसंख्या असलेल्या गावाकरता ग्राम पंचायत स्थापन केली जाते.

उत्तर : ६००, ५०००

१८) खालीलपैकी ग्रामपंचायतीची प्रशासकीय अंगे नाहीत.

अ) न्यायपंचायत ब) ग्रामरक्षादल

क) ग्रामसभा　　　　　　　　　　ड) वरीलपैकी एकही नाही.

उत्तर : ड) एकही नाही.

१९) जोड्या लावा. (राज्य – ग्रामसभा नाव)

'अ' गट	'ब' गट
१) ओरिसा	अ) ग्रामसभा
२) महाराष्ट्र	ब) पालीसभा
३) आसाम	क) पंचायत
४) बिहार	ड) गावसभा

पर्याय :	१)	२)	३)	४)
१)	ब	अ	ड	क
२)	ब	अ	क	ड
३)	अ	ब	ड	क
४)	अ	ब	क	ड

उत्तर : २) ब, अ, ड, क

२०) पुढीलपैकी कोणत्या राज्यात ग्रामसभा कायदेशीर संस्था मानली जात नाही.

अ) राजस्थान　ब) तमिळनाडू　क) केरळ　ड) वरीलपैकी सर्व

उत्तर : ड) वरीलपैकी सर्व

२१) ग्रामसभे संदर्भात खालील विधानांचा विचार करा.

अ) कर्नाटक, राजस्थान या राज्यांत ग्राम पंचायत कायद्यानुसार सर्व प्रौढांची सभा घेण्याची तरतूद आहे.

ब) आंध्र, ओरिसा या राज्यांमध्ये ग्रामसभा गावातील सर्व रहिवाशांची सभा नाही.

वरीलपैकी कोणते विधान चुकीचे आहे?

उत्तर: ब) ब

२२) खालीलपैकी कोणते ग्रामसभेचे कार्य नाही.

अ) ग्रामपंचायतीचे वार्षिक अंदापत्रक मंजूर करणे.

ब) कर लागू करण्याबाबत प्रस्तावांना मंजूरी देणे.

क) संपूर्ण राज्यातील लोकसंख्येच्या जन्म मृत्यूची नोंद ठेवणे.

ड) ग्रामपंचायतीचे सभासद निवडणे.

उत्तर: क) संपूर्ण राज्यातील लोकसंख्येच्या जन्म मृत्यूची नोंद ठेवणे.

२३) पंजाबमध्ये ग्रामसभेच्या बैठका वर्षातून २ वेळा होतात. त्यातील पहिली बैठक ....तर दुसरी बैठक .... हंगामांत भरते.

उत्तर: सावनी, हारी

२४) ग्रामसभेची बैठक वर्षातून एकदाच भरणारी राज्ये खालीलपैकी कोणती नाहीत.
अ) पंजाब ब) ओरिसा क) जम्मू-काश्मीर ड) सर्व

उत्तर: अ) पंजाब

२५) ग्रामसभा हा .... महत्त्वाचा पाया आहे.

उत्तर: पंचायतीराजचा

२६) महाराष्ट्रात बहुतांश खेड्यात ग्रामसभा यशस्वी न होण्याची कारणे.

अ) ग्रामसभा सभासदांची अनिच्छा

ब) ग्रामसभेच्या बैठकांत सातत्य नसणे.

क) बलवंतराय मेहता समितीच्या शिफारशीत ग्रामसभेची तरतूद असणे.

ड) सरपंचाची उदासीनता

उत्तर: क्र. ३

२७) गट ग्रामसभा सदस्य संख्या कमीतकमी .... तर जास्तीतजास्त .... अशी दिसून येते.

उत्तर: २५०, ५०००

२८) त्रिस्तरीय पंचायतराज व्यवस्थेतील पायाभूत घटक म्हणजे .... होय.

उत्तर: ग्रामपंचायत

२९) ग्रामसभेची 'कार्यकारी समिती' म्हणजे .... होय.

उत्तर: ग्रामपंचायत

३०) महाराष्ट्रात ग्रामपंचायत सदस्य संख्या .... ते .... अशी आहे.

उत्तर: ७ ते १७

३१) लोकसंख्येनुसार ग्रामपंचायतीची सदस्य संख्या .... निश्चित करतो.

उत्तर: जिल्हाधिकारी

३२) ६०० पेक्षा कमी लोकसंख्या असलेल्या गावांसाठी .... ग्रामपंचायत स्थापन करण्यात येते.

उत्तर: ग्रुपगट किंवा ग्रामपंचायत

३३) जोड्या लावा.

लोकसंख्या	सभासद संख्या
१) १५०० / कमी	अ) ९
२) १५०१ ते ३०००	ब) ११
३) ३००१ ते ४५००	क) ७
४) ४५०१ ते ६०००	ड) १७
	ई) १३

पर्याय :	१)	२)	३)	४)
१)	ब	अ	ब	ड
२)	क	अ	ड	ब
३)	क	अ	ब	ड
४)	अ	क	ड	ब

उत्तर: ३) क, अ, ब, ड

३४) सर्वात कमी ग्रामपंचायती असणारा विभाग कोणता?

उत्तर: कोकण – (३०१४)

३५) सर्वात जास्त ग्रामपंचायती असणारा भाग कोणता?

उत्तर: औरंगाबाद (६५८२)

३६) महाराष्ट्रामध्ये एकूण .... ग्रामपंचायती आहेत.

उत्तर: २७,८७२

३७) ग्रामपंचायतीचा कार्यकाल सध्या .... वर्षाचा आहे.

उत्तर: ५ वर्षाचा

३८) ग्रामपंचायत बरखास्त केल्यास .... कालावधीत निवडणूक घेणे कायदेशीररित्या बंधनकारक आहे.

उत्तर: ६ महिन्यातच्या

३९) १९९४ पासून स्त्रियांसाठी .... जागा राखीव ठेवण्यात येत आहेत व आता .... जागा राखीव आहेत.

उत्तर: ३३ टक्के, ५० टक्के

४०) प्रत्येक ग्रामपंचायतीचा सभापती कोण असतो?

उत्तर: सरपंच

४१) ग्रामपंचायतीचे ठराव पास करणे, ग्रामसभा अध्यक्षपद भूषवणे, कर्मचाऱ्यावर देखरेख, पैशाची जबाबदारी, पंचायत समिती आणि ग्रामपंचायत यातील दुवा म्हणून कोण काम करते?

उत्तर: ग्रामपंचायतीचा सरपंच

४२) ग्रामसभेचे सदस्य घेण्यासाठी किमान वय काय आहे?

उत्तर: १८ वर्षे (प्रौढ नागरिक)

४३) गावातील लोक आणि पंचायत समिती यांना जोडणारी व्यक्ती म्हणजे .... होय.

उत्तर: ग्रामसेवक

४४) गावासाठी स्वतंत्र ग्रामसेवक असण्यासाठी लोकसंख्या किती लागते.

उत्तर: ३००० पेक्षा जास्त

४५) ग्रामसेवकास सामुदायिक विकास मंत्रालयामार्फत .... म्हणून ओळखावे.

उत्तर: विस्तार कार्यकर्ता

४६) ग्रामीण लोक ग्रामसेवकास .... म्हणतात.

उत्तर: ग्रामविकासचा तज्ज्ञ

४७) राजस्थानामध्ये .... ग्रामपंचायतीचा 'विकास सचिव' म्हणून नियुक्त करण्यात आले आहे.

उत्तर: ग्रामसेवकास

४८) ग्रामसेवकाची खालीलपैकी कोणती कामे आहेत?

अ) शेती विस्तार, पशू संवर्धन कार्यक्रम

ब) प्राथमिक आणि सामाजिक शिक्षण प्रसार

क) श्रमदान आयोजित करणे.

ड) वरीलपैकी सर्व

उत्तर: ड) वरीलपैकी सर्व

४९) गावाच्या विकासात राजकीय प्रमुख .... तर प्रशासकीय प्रमुख म्हणून .... भूमिका महत्त्वाची आहे.

उत्तर: सरपंच, ग्रामसेवक

प्रकरण ४

त्र्याहत्तरावी घटनादुरुस्ती आणि ग्रामीण संस्था

(73rd Amendments and Rural Bodies)

अ) **पंचायत समिती** (Panchayat Samiti)

ब) **जिल्हा परिषद** (Zilha Parishad)

क) **राज्यघटनेतील अनुसूची ११** (Schedule XI in Constitutional)

अ) पंचायत समिती (Panchayat Samiti)

प्रस्तावना

महाराष्ट्रात ग्रामपातळीवर विकासकार्ये करण्याची जबाबदारी ग्रामपंचायतीवर सोपविण्यात आली होती आणि विकासयोजना व त्यांची योग्य प्रकारची कार्यवाही करून घेण्याची जबाबदारी जिल्हापातळीवर जिल्हा परिषदेकडे सोपविण्यात आली. या दोन्ही संस्थांच्या कार्यामध्ये समन्वय साधण्यासाठी या दोन्ही स्तरामध्ये एक संस्था उभारणे आवश्यक बनले. आणि या संस्थेला, 'पंचायत समिती' असे नाव देण्यात आले.

मध्यम स्तरावरील यंत्रणा म्हणून 'पंचायत समिती'ची स्थापना करावी अशी शिफारस बलवंतराय मेहता समितीने केली होती. महाराष्ट्रामध्ये वसंतराव नाईक समितीच्या शिफारशीनुसार विकास गटाऐवजी तालुकापातळीवर पंचायत समितीची स्थापना करण्यात आली. जिल्हा परिषद हा पंचायतराजचा प्रमुख घटक असावा, अशी शिफारस वसंतराव नाईक समितीने केली होती. ती शिफारस महाराष्ट्र शासनाने स्वीकारली त्यामुळे पंचायत समितीचे स्थान दुय्यम बनले.

प्रत्येक जिल्हा विकास गटात विभागण्यात आला आणि प्रत्येक गटासाठी एक 'पंचायत समिती' निर्माण करण्यात आली.

रचना

पंचायत समितीच्या सदस्यांची निवडणूक प्रत्यक्षरीत्या होत असते.

१) जिल्हाधिकारी लोकसंख्येच्या प्रमाणात पंचायत समितीच्या सदस्यांची संख्या निश्चित करत असतो. आणि त्यानुसार वॉर्ड तयार करण्यात येतात. विकास गटात सतरा हजार पाचशे लोकसंख्येपेक्षा जास्त नाही, अशा प्रत्येक पंचायत मतदारसंघाने निवडलेला एक प्रतिनिधी असतो.

२) सहकारी समितीचा अध्यक्ष जो शेतीसंबंधी व्यापाराशी संबंधित असतो. उदा. खरेदी-विक्री संघाचा अध्यक्ष हा सहयोगी सभासद असतो.

३) त्या भागातून निवडून आलेले जिल्हा परिषदेचे सदस्य, पंचायत समितीचे पदसिद्ध सदस्य असतात.

४) १९९२ च्या निवडणुकांपासून पंचायत समितीच्या ३० टक्के जागा स्त्रियांसाठी राखीव ठेवण्यात आलेल्या होत्या. त्यानंतर ३३ टक्के व आता ५० टक्के जागा महिलांसाठी राखीव आहेत.

५) अनुसूचित जाती, जमाती व इतर मागासवर्ग यांच्यासाठी लोकसंख्येच्या प्रमाणात जागा राखीव ठेवण्यात येतात.

६) गटविकास अधिकारी हे पंचायत समितीचे पदसिद्ध सचिव असतात.

महाराष्ट्रातील पंचायत समित्या

अ. क.	विभाग	क्षेत्रफळ	लोकसंख्या	जिल्हे	पंचायत समित्या
१	कोकण	३०७२८	२४८८३८३०	७	४५
२	नाशिक	५७४४०	१५७३६७८४	५	५४
३	पुणे	५७२७५	१९९९७७७८	५	५७
४	औरंगाबाद	६४८१३	१५६२९२४८	८	७६
५	अमरावती	४६०३५	९९४८३६६	५	५६
६	नागपूर	५१२८६	१०६८२६२१	६	६३
७	एकूण	३०७५७७	९६८७८६२७	३६	३५१

महाराष्ट्रामध्ये एकूण ३५१ पंचायत समित्या आहेत. सर्वात जास्त पंचायत समित्या औरंगाबाद विभागात आहेत. ३५१ पैकी ७६ पंचायत समित्या औरंगाबाद

विभागात आहेत. त्यानंतर नागपूर विभागात ६३ पंचायत समित्या आहेत. पुणे विभागात ५७, अमरावती विभागात ५६, नाशिक विभागात ५४ पंचायत समित्या आहेत. सर्वात कमी पंचायत समित्या कोकण विभागात आहेत. ३५१ पैकी केवळ ४५ पंचायत समित्या कोकण विभागात आहेत.

कार्यकाल

पंचायत समितीचा कार्यकाल हा जिल्हा परिषदेच्या कार्यकालाइतकाच म्हणजे पाच वर्षांचा असतो. म्हणून पंचायत समितीच्या सदस्यांचाही कार्यकाल पाच वर्षांचा असतो; परंतु नवीन पंचायत समितीची निवडणूक होईपर्यंत जुनेच सभासद काम पाहतात. तत्पूर्वी ते स्वखुशीने आपल्या पदाचा राजीनामा देऊ शकतात. १९९२च्या ७३ व्या घटनादुरुस्तीने पंचायत समितीचा कार्यकाल ५ वर्षे निश्चित केलेला आहे.

पंचायत समितीच्या कोणत्याही सदस्याला खालील कारणासाठी काढून टाकता येते–

१. जर कोणत्याही निवडून आलेल्या सदस्यांची निवडणूक बोर्डाने अवैध म्हणून घोषित केली असेल,
२. पंचायत समितीचा कोणताही सदस्य जर लागोपाठ परवानगी न घेता तीन महिन्यांपर्यंत पंचायत समितीच्या सभेत गैरहजर असेल,
३. पंचायत समितीच्या उपस्थित असलेल्या व मतदान करणाऱ्या २/३ सभासदांनी गैरवर्तनामुळे सदस्यत्व रद्द करण्याचा ठराव पास केला असेल व तशी शिफारस, जिल्हा परिषदेकडे केली असेल आणि सदस्य दोषी ठरला असल्यास.

वरील प्रकारे कोणत्याही सदस्यत्वाचे पद रिकामे झाले असेल, तर फेर-निवडणूक घेऊन ती जागा भरण्यात येते.

पदाधिकारी

प्रत्येक पंचायत समितीसाठी सभापती आणि उपसभापती हे पद निर्माण करण्यात आले आहे. त्यांची निवड निवडून आलेल्या सदस्यांमधून होते. अनुसूचित जाती, जमाती इतर मागासवर्ग व महिला सदस्य यासाठी नेमून दिलेल्या पद्धतीने क्रमश: पंचायत समितीचे अध्यक्षपद राखून ठेवले जाते. जर निवडणुकीत काही वाद निर्माण झाला तर जिल्हाधिकाऱ्याने तो आयुक्तांना कळवावा लागतो. आयुक्तांचा आदेश अंतिम मानण्यात येतो. सभापतीच्या निवडणुकीत समान मते पडल्यास अध्यक्षस्थानी असलेला जिल्हाधिकारी चिठ्ठ्या टाकून निर्णय जाहीर करतो.

पंचायत समितीच्या सभापतीची पदच्युतता

सभापती स्वखुशीने जिल्हा परिषदेच्या अध्यक्षाकडे आपला राजीनामा देऊ शकतो. जर १/४ सदस्यांनी अविश्वासाच्या ठरावाची मागणी केली तर विभागीय आयुक्त सदस्यांच्या विनंतीवरून पंचायत समितीची बैठक बोलावू शकतात. त्यात सभापतीला आपली बाजू मांडण्याचा अधिकार आहे. चर्चेनंतर जर ठराव २/३ बहुमताने पास झाला तर, सभापतीला आपले पद सोडावे लागते. तसेच जर सभापतीचे वर्तन योग्य नसेल किंवा कायद्याद्वारे सांगितलेली कार्ये तो योग्यरित्या पार पाडत नसेल तर राज्यशासन त्यास पदावरून दूर करू शकते.

पंचायत समितीच्या सभापतीची कार्ये आणि अधिकार

१) पंचायत समितीची सभा बोलावणे व त्या सभेचे अध्यक्षपद स्वीकारून सभेमध्ये होणाऱ्या चर्चेला दिशा देणे आणि चर्चेवर नियंत्रण ठेवणे.

२) सभापती पंचायत समितीच्या अधिकाऱ्याकडून अहवाल, तक्ते इत्यादी आवश्यक वाटणारी कागदपत्रे मागवू शकतात.

३) पंचायत समितीच्या सभापतीस; अधिकाऱ्यांवर व सेवकांच्या कार्यावर देखरेख व नियंत्रण ठेवावे लागते.

४) सभापतीला पंचायत समितीची मालमत्ता तपासण्याचा अधिकार असतो.

५) सभापतीला पंचायत समितीने किंवा जिल्हा परिषदेने सुरू केलेल्या विकासाच्या कामाची पाहणी करण्याचा अधिकार आहे.

६) सभापतीच्या गैरहजेरीत वरील सर्व कार्य उपसभापती करत असतो.

गटविकास अधिकारी

पंचायत समितीच्या ठिकाणी विकासाच्या कार्यात समन्वय साधण्यासाठी राज्य सरकार तहसीलदार श्रेणीच्या एका अधिकाऱ्याची नेमणूक करीत असते. याच अधिकाऱ्याला गटविकास अधिकारी असे म्हणतात.

पंचायतराज व्यवस्थेत गट विकास अधिकाऱ्यास महत्त्वाचे स्थान असते. ग्रामपंचायत आणि जिल्हा परिषद यांच्या कार्यात समन्वय साधण्याचे कार्य गटविकास अधिकाऱ्यास करावे लागते. यासाठी विकासात्मक कार्याची दृष्टी गटविकास अधिकाऱ्यास असावी लागते. 'गटविकास अधिकारी' हा पंचायत समितीचा प्रमुख प्रशासकीय अधिकारी व सचिव असतो.

गटविकास अधिकाऱ्याची नेमणूक

गटविकास अधिकाऱ्याची नेमणूक महाराष्ट्र लोकसेवा आयोगातर्फे परीक्षा पद्धतीने केली जाते. म्हणजेच राज्य सरकारमार्फत गटविकास अधिकाऱ्याची नेमणूक केली जाते. त्याची बदली करण्याचा अधिकार राज्यसरकारलाच आहे. त्याचे वेतन राज्य सरकारमार्फत दिले जाते. तो वयाच्या ५८ वर्षापर्यंत सेवेत राहू शकतो. सेवानिवृत्त झाल्यानंतर त्याला पेन्शन दिली जाते. तत्पूर्वी, ते आपल्या पदाचा राजीनामा देऊ शकतात किंवा भ्रष्टाचाराच्या आरोपावरून त्यांना बडतर्फ केले जाते.

गटविकास अधिकाऱ्याचे कार्य व अधिकार

१) गटपातळीवर विकास प्रशासनाची जबाबदारी गटविकास अधिकाऱ्याला असते. ही जबाबदारी तो पंचायत समितीमध्ये असलेल्या, विस्तार अधिकाऱ्याच्या सहकार्याने पार पाडतो. जर विस्तार अधिकारी योग्य कार्य करत नसेल तर त्याची तक्रार जिल्ह्यातील विभागप्रमुखांना देता येते. अशा प्रकारे तो विस्तार अधिकाऱ्यावर नियंत्रण ठेवू शकतो.

२) पंचायत समितीमध्ये काम करताना त्याचा संबंध प्रत्यक्ष जनतेशी येतो. जनता त्यांच्या कार्याचे, वागणुकीचे मूल्यमापन करीत असते. जनतेची इच्छा लक्षात घेऊन त्यांना कार्य करावे लागते.

३) पंचायत समितीच्या कार्याची यशस्विता गटविकास अधिकाऱ्याच्या भूमिकेवर अवलंबून असते.

४) विस्तार अधिकाऱ्याच्या कार्यास तो मार्गदर्शन करतो.

५) पंचायत समितीत काम करणारे तृतीय व चतुर्थ श्रेणीतील कर्मचाऱ्यांवर गटविकास अधिकाऱ्याचे नियंत्रण असते. त्यांची रजा मंजूर करण्याचा त्याला अधिकार असतो.

६) पंचायत समितीत कार्य करणाऱ्या अधिकाऱ्याकडून कामाची माहिती, तक्ते, अहवाल, वित्त लेखा मागविण्याचा त्याला अधिकार असतो.

७) पंचायत समितीचा तो पदसिद्ध सदस्य असतो. म्हणून संपूर्ण कागदपत्रे त्याच्या ताब्यात असतात.

८) पंचायत समितीने पास केलेल्या प्रशासकीय ठरावांची अंमलबजावणी गटविकास अधिकारी करतो.

९) पंचायत समितीसाठी मंजूर झालेल्या अनुदानावरून विकासकार्यावर पैसा खर्च

करण्याचा त्याला अधिकार आहे.

१०) राज्य सरकारच्या आदेशावरून किंवा मान्यता घेऊन पंचायत समितीसाठी जमीन, मालमत्ता आपल्या ताब्यात घेणे किंवा तशी मालमत्ता विकण्याचा त्याला अधिकार असतो.

११) पंचायत समितीच्या कार्याचा अहवाल वेळोवेळी गटविकास अधिकाऱ्यामार्फत मुख्य कार्यकारी अधिकाऱ्यास पाठविणे.

वरीलप्रमाणे पंचायत समितीच्या गटविकास अधिकाऱ्याची कार्ये व अधिकार आहेत.

पंचायत समितीचे अधिकार व कार्ये

१९६१च्या कायद्यानुसार दुसऱ्या परिशिष्टात दिलेल्या ७४ विषयांची प्राथमिक जबाबदारी पंचायत समितीकडे सोपविली आहे. तिची कार्ये पुढीलप्रमाणे आहेत-

१) पंचायत समितीच्या हद्दीत विकासांच्या कार्याचे नियोजन करून जिल्हा परिषदेकडे पाठविणे की ज्यामुळे जिल्हा परिषदेला जिल्हा विकासाची रूपरेषा तयार करण्यास मदत होत असते.

२) स्थानिक निधी व पंचायत समितीला मिळालेल्या अनुदानाचा वापर करण्यासाठी बांधकाम व इतर विकासात्मक कामांची रूपरेषा तयार करणे.

३) पंचायत समितीला मिळालेल्या अनुदानातून होणाऱ्या कामांना मंजूरी देणे व काम चालू असताना त्यावर देखरेख करणे.

४) कोणत्याही वेळी आपल्या अंदाजपत्रकात गट अनुदानासंबंधी फेरतपासणी करणे.

५) पंचायत समितीच्या हद्दीत जिल्हा परिषदेने सुरू केलेल्या कार्यावर देखरेख ठेवणे.

६) जिल्हा परिषदेच्या विचारार्थ नवीन विकासकार्य सुचविणे आणि त्याबरोबर त्या कामाला स्थानिक पैसा कितपत मिळू शकेल याची माहिती देणे.

७) सभापती, उपसभापती, गटविकास अधिकारी किंवा पंचायत समितीच्या प्रशासकीय अधिकाऱ्यांनी पूर्वी घेतलेले निर्णय बदलणे किंवा अशा निर्णयात दुरुस्ती सुचविणे.

८) पंचायत समितीच्या बैठकीचा अहवाल, दर तीन महिन्यानी पाठविणे. (जिल्हा परिषदेला)

९) गटविकास अधिकाऱ्यास कायद्याने प्राप्त झालेले कार्य तो योग्यरित्या पार पाडतो किंवा नाही यासंदर्भात त्याच्या कार्यावर देखरेख आणि नियंत्रण ठेवणे.

१०) पंचायत समिती जिल्हा परिषदेला प्रचलित करात वाढ करण्याचे सुचवू शकते. मात्र हा वाढीव कर ज्या कामासाठी सुचविण्यात आला त्यावर अंमलबजावणी होते की नाही हे पाहणे.

११) जिल्हा परिषदेने वेळोवेळी दिलेल्या सूचना लक्षात घेऊन सोपविलेल्या कार्यांची अंमलबजावणी करणे.

पंचायत समितीच्या बैठका एका महिन्यात दोनदा घेतल्या जातात. दोन बैठकींमधील अंतर एक महिन्याच्या कालावधीपेक्षा जास्त असता कामा नये.

वरीलप्रमाणे पंचायत समितीची कार्ये आहेत.

पंचायत समितीच्या उत्पन्नाची साधने किंवा मार्ग

पंचायत समितीला उत्पन्नाची स्वतंत्र साधने नाहीत. त्यांच्या प्रशासकीय व विकासात्मक खर्चाची जबाबदारी जिल्हा परिषदेवर असते. कायद्यानुसार मिळणारा जमीन महसुलावरील कर, छोट्या पाटबंधारे योजनांद्वारे पाणीपट्टी, व्यवसायकर, स्थावर मालमत्तेच्या हस्तांतरावरील अधिभार, रस्ते व पूल यावरील जकात, यात्राकर, प्राथमिक शिक्षणावरील कर, सरकारी अनुदाने इत्यादी.

वरीलप्रमाणे पंचायत समितीच्या उत्पन्नाची प्रमुख साधने आहेत.

सारांश

पंचायतराज व्यवस्थेतील एक महत्त्वपूर्ण घटक म्हणून पंचायत समितीकडे पाहिले जाते. जिल्हा परिषद व ग्रामपंचायत यामधील दुवा म्हणून पंचायत समितीची भूमिका महत्त्वाची असते. ग्रामीण विकासाशी संबंधित असलेल्या जबाबदाऱ्या पंचायत समितीकडे सोपविलेल्या आहेत. पंचायत समितीद्वारे जिल्हा परिषद विकास कार्यक्रमांची अंमलबजावणी करते. अशा प्रकारे पंचायत समितीची रचना, अधिकार व कार्ये सांगता येतात.

क) जिल्हा परिषद (Zilha Parishad)

प्रस्तावना

बलवंतराय मेहता समितीचा अहवाल केंद्राने स्वीकारल्यानंतर तो घटक राज्याकडे पुढील करावाईसाठी पाठविण्यात आला. प्रत्येक घटक राज्याने आपल्या सोयीनुसार

अहवालातील योजना राबविण्याचा प्रयत्न केला. महाराष्ट्रात अशोक मेहता समितीच्या अहवालाचा विचार करून येथील परिस्थितीनुसार, विकेंद्रीकरण कसे स्वीकारता येईल, याचा अभ्यास करण्यासाठी श्री. वसंतराव नाईक यांच्या अध्यक्षतेखाली एक समिती स्थापन करण्यात आली. त्या समितीने आपला अहवाल १९६१ मध्ये महाराष्ट्र शासनाला सादर केला. त्याला अनुसरून, महाराष्ट्र जिल्हा परिषद आणि पंचायत समिती आधिनियम १९६१ हा कायदा करण्यात आला. १९६१च्या या अधिनियमानुसार जिल्हा परिषदेची स्थापना करण्यात आली आहे. ग्रामीण लोकसंख्येसाठी जिल्हा परिषद स्थापन केली जाते. १ मे १९६२ रोजी महाराष्ट्र राज्यात पंचायतराजची सुरुवात झाली. जिल्हा परिषद, पंचायत समिती आणि ग्रामपंचायत यांची स्थापना करण्यात आली. पंचायतराज व्यवस्थेमध्ये महाराष्ट्रात जिल्हापातळीवरील जिल्हा परिषद या संस्थेला महत्त्वाचे स्थान दिले गेले आहे.

१) जिल्हा परिषदेची रचना

पंचायतराज व्यवस्थेत जिल्हा पातळीवर असलेली जिल्हा परिषद ही प्रमुख संस्था होय. जिल्हा परिषदेच्या सदस्यांची निवड, प्रत्यक्ष जिल्ह्यातील जनतेकडून केली जाते. एका मतदारसंघात पस्तीस हजार मतदार असतात. जिल्हा परिषदेत कमीतकमी ५० व जास्तीतजास्त ७५ सभासद असू शकतात. लोकसंख्येच्या आधारावर सभासदांची संख्या निश्चित केली जाते. जिल्हा परिषदेवर खालील सदस्य असतात–

१) मतदारसंघातून प्रत्यक्ष निवडून आलेले सदस्य.

२) अनुसूचित जाती, जमाती व इतर मागासवर्गीयांसाठी त्यांच्या लोकसंख्येच्या प्रमाणात राखीव जागा ठेवण्यात आल्या आहेत. १९९२ पासून स्त्रियांसाठी ३० टक्के जागा राखीव ठेवण्यात आल्या आहेत. आता ५० टक्के जागा स्त्रियांसाठी राखीव आहेत.

३) जिल्ह्यातील पंचायत समितीचे सभापती जिल्हा परिषदेचे पदसिद्ध सदस्य असतात.

४) चार संघीय (फेडरल) सहकारी संस्थांचे अध्यक्ष सहयोगी सदस्य असतात.

५) उपमुख्य कार्यकारी अधिकारी हा जिल्हा परिषदेचा 'सचिव' म्हणून काम करीत असतो.

६) जिल्ह्यातील विधानसभा सदस्य आणि जिल्ह्यातील लोकसभेवर निवडून गेलेले सदस्य, हे जिल्हा परिषदेचे सदस्य असतात. तसेच राज्यसभेवरील सभासददेखील जिल्हा परिषदेचे सदस्य असतात.

७) जिल्हा मध्यवर्ती बँकेचा अध्यक्ष हा जिल्हा परिषदेचा सदस्य असतो.

८) काही राज्यात जिल्हा परिषदेचा जिल्हाधिकारी हा जिल्हा परिषदेचा पदसिद्ध सदस्य असतो. मात्र त्यांना मतदानाचा अधिकार नसतो.

महाराष्ट्रातील जिल्हा परिषदा

अ. क.	विभाग	क्षेत्रफळ	लोकसंख्या	जिल्हे	जिल्हा परिषदा
१	कोकण	३०७२८	२४८८३८३०	७	५
२	नाशिक	५७४४०	१५७३६७८४	५	५
३	पुणे	५७२७५	१९९९७७७८	५	५
४	औरंगाबाद	६४८१३	१५६२९२४८	८	८
५	अमरावती	४६०३५	९९४८३६६	५	५
६	नागपूर	५१२८६	१०६८२६२१	६	६
७	एकूण	३०७५७७	९६८७८६२७	३६	३४

महाराष्ट्रामध्ये एकूण ३४ जिल्हा परिषदा आहेत. प्रत्येक जिल्ह्यासाठी एक जिल्हा परिषद असा सर्वसाधारण नियम आहे. परंतु महाराष्ट्रात ३६ जिल्हे आहेत व जिल्हा परिषदांची संख्या मात्र ३४ आहे, कारण मुंबई व मुंबई उपनगरासाठी जिल्हा परिषद नाही. औरंगाबाद विभागामध्ये सर्वात जास्त जिल्हा परिषदांची संख्या असलेली दिसते. ३४ जिल्हा परिषदांपैकी ८ जिल्हा परिषदा औरंगाबाद विभागात आहेत, कारण औरंगाबाद विभागामध्ये ८ जिल्ह्यांचा समावेश असलेला दिसतो. त्यानंतर नागपूर विभागामध्ये ६ जिल्हा परिषदा आहेत. कोकण, नाशिक, पुणे व अमरावती विभागांमध्ये प्रत्येक पाच जिल्हा परिषदा असलेल्या दिसतात.

२) कार्यकाल

जिल्हा परिषदेचा कार्यकाल वेगवेगळ्या राज्यात वेगवेगळा आहे. उत्तरप्रदेश, ओरिसा, मध्यप्रदेश, महाराष्ट्र येथील जिल्हा परिषदेचा कार्यकाल ५ वर्षे आहे. १९९२ च्या ७३ व्या घटनादुरुस्तीने जिल्हा परिषदेला मुदतवाढ देण्याचा राज्यशासनाचा अधिकार काढून घेण्यात आला आहे. राज्य सरकार एखादी जिल्हा परिषद बरखास्त करू शकतात. मात्र ६ महिन्यांच्या कालावधीमध्ये निवडणुका घेणे राज्य सरकारला बंधनकारक आहे. कर्नाटकमध्ये जिल्हा परिषदेचा कार्यकाल चार वर्षांचा तर आंध्र,

आसाम, पंजाब, हरियाणा येथे जिल्हा परिषदेचा कार्यकाल ३ वर्षांचा; असून बिहारमध्ये हा कार्यकाल दोन वर्षांचा आहे.

पदाधिकारी

जिल्हा परिषदेच्या अध्यक्षाची व उपाध्यक्षाची निवड ही जिल्हा परिषदेत निवडून आलेल्या सदस्यांमधून केली जाते. अध्यक्षपद एका व्यक्तीला दोन वेळेपेक्षा जास्त वेळा उपभोगता येत नाही. अध्यक्ष आणि उपाध्यक्ष यांचा कार्यकाल ५ वर्षांचा आहे. मात्र निवडणूक होऊन नवीन पदाधिकारी येईपर्यंत ते पदावर राहू शकतात. अनुसूचित जाती, जमाती, इतर मागासवर्ग व स्त्रिया यांच्यासाठी नेमून दिलेल्या पद्धतीने जिल्हा परिषदेचे अध्यक्षपद क्रमशः राखून ठेवले जाते.

जिल्हा परिषदेच्या अध्यक्षांची निवडणूक झाल्यानंतर, जिल्हाधिकारी एक बैठक बोलवितो. त्या बैठकीचे अध्यक्षस्थान स्वतः जिल्हाधिकारी किंवा त्याने नेमलेल्या उपजिल्हाधिकारी श्रेणीतील एक अधिकारी भूषवितो.

जिल्हा परिषदेच्या अध्यक्षांची निवड या बैठकीमध्ये होते. जर समान मते पडली, तर चिठ्ठी टाकून निर्णय घेण्यात येतो आणि नंतर दुसऱ्या बैठकीत काही सदस्यांना स्वीकृत करण्यात येते.

जिल्हा परिषदेच्या अध्यक्षांचे मानधन

जिल्हा परिषदेच्या अध्यक्षाला १९९४ पासून पाच हजार रूपये मानधन आणि उपाध्यक्षाला चार हजार रूपये मानधन मिळते. शिवाय राहण्यासाठी जिल्हा परिषदेच्या खर्चातून निवासाची सोय असते व दौरा करण्यासाठी गाडी व प्रवासभत्ता दिला जातो.

अध्यक्षाला ३० दिवसापासून ते ९० दिवसांपर्यंत रजेवर जाता येते. परंतु त्यापेक्षा जास्त दिवस रजेवर जायचे असेल तर राज्य सरकारची परवानगी घ्यावी लागते. तो ३० दिवसांपेक्षा जास्त दिवस रजेवर असेल, तर मानधन घेता येत नाही. परंतु आजारी असेल व त्याने वैद्यकीय दाखला दिल्यास, त्याला मानधन मिळते.

अध्यक्ष व उपाध्यक्ष यांच्यावरील अविश्वासाचा ठराव

अध्यक्ष आपल्या पदाचा राजीनामा विभागीय आयुक्त यांच्याकडे देऊ शकतात. तर उपाध्यक्ष अध्यक्षाकडे आपला राजीनामा देऊ शकतो. १/५ सभासदांनी जर सरकारी नियमांनुसार अध्यक्ष आणि उपाध्यक्षांच्या विरुद्ध अविश्वासाचा ठराव दाखल केला असेल; तर जिल्हा परिषदेची बैठक बोलवावी लागते. या बैठकीचे अध्यक्षस्थान तो भूषवू शकत नाही. मात्र स्वतःची बाजू ते मांडू शकतात. चर्चेनंतर मतदान होते आणि अविश्वास ठराव पास झाला तर सदर अविश्वासाच्या ठरावाची प्रत विभागीय

आयुक्ताकडे पाठविली जाते. त्यावर दहा दिवसांच्या आत आयुक्त अविश्वासाच्या ठरावावर चर्चा करण्याकरिता जिल्हा परिषदेची बैठक बोलवितात. या बैठकीत ठराव संमत झाला तर अध्यक्षाला आपल्या पदाचा राजीनामा द्यावा लागतो. जिल्हा परिषदेचा अध्यक्ष जर भ्रष्टाचारी असेल, त्याचे चारित्र्य भ्रष्ट असेल, तर राज्य सरकार त्याला पदभ्रष्ट करू शकतात. जो सरकारतर्फे पदभ्रष्ट होतो त्याला कधीही जिल्हा परिषदेची निवडणूक लढविता येत नाही.

अध्यक्षाची कार्ये व अधिकार

१) जिल्हा परिषदेची बैठक बोलावणे व त्याचे अध्यक्षस्थान भूषविणे आणि बैठकीचे संचलन करणे.

२) जिल्हा परिषदेची कागदपत्रे पाहणे, अभिलेख पाहणे.

३) कायद्याने मिळालेल्या सर्व अधिकारांचा उपयोग करणे.

४) प्रशासकीय आणि वित्तीय प्रशासनासंबंधीच्या कार्यावर देखरेख ठेवणे आणि ज्या गोष्टीसाठी जिल्हा परिषदेची मान्यता आवश्यक असते ती घेणे.

५) जिल्हा परिषदेच्या मुख्य कार्यकारी अधिकाऱ्यावर प्रशासकीय नियंत्रण ठेवणे आणि जिल्हा परिषदेच्या स्थायी समितीने पास केलेल्या ठरावांची अंमलबजावणी होत आहे की नाही ते पाहणे.

६) आणीबाणीच्या परिस्थितीत लोकहित लक्षात घेऊन कोणतेही नवे काम सुरू करणे किंवा चालू असलेले कार्य थांबविणे.

७) घटक राज्य सरकारने सोपविलेले कोणतेही कार्य किंवा विकास योजना पार पाडण्यासाठी जिल्हानिधीतून तो खर्च करू शकतो. नंतर त्या खर्चाला मंजूरी घेतली जाते.

थोडक्यात, जिल्हा परिषदेच्या वतीने तो निर्णय घेऊ शकतो. मात्र ज्या वेळी जिल्हा परिषदेची बैठक सुरू होईल; तेव्हा त्याने घेतलेल्या निर्णयाची माहिती सभासदांना द्यावी लागते. अध्यक्षाच्या गैरहजेरीत उपाध्यक्ष वरील कार्य करू शकतो.

वरीलप्रमाणे जिल्हा परिषदेच्या अध्यक्षांची कार्ये व अधिकार आहेत.

जिल्हा परिषदेची कार्ये व अधिकार

महाराष्ट्रामध्ये 'जिल्हा परिषद' ही सर्वात महत्त्वाची अधिकारयुक्त संस्था आहे. जिल्ह्यात होणाऱ्या सर्व विकास कार्याची जबाबदारी राज्य सरकारने जिल्हा परिषदेवर सोपविलेली आहे.

जिल्हा परिषदेची कार्ये व अधिकार

१) जिल्हा परिषदेने आपली वित्तीय अवस्था पाहून जिल्हासूचीमध्ये दिलेल्या विषयासंबंधी कार्य करण्याचा प्रामाणिकपणे प्रयत्न करावा.

२) स्वास्थ्य, सुरक्षा, शिक्षण, आरोग्य, सोयी व नागरिकांचा सामाजिक, आर्थिक व सांस्कृतिक विकास करण्यासाठी जिल्हा परिषद प्रयत्न करते.

३) जिल्ह्याचा समतोल विकास करण्यासाठी जिल्हा परिषद प्रयत्नशील असते. त्यासाठी स्थानिक पैशांचा उपयोग कितपत करता येईल याची योजना तयार करते.

४) जिल्हा परिषदेचे सदस्य २/३ बहुमताने ठराव पास करून सार्वजनिक सत्कार, करमणुकीचे कार्य, उत्सव, समारंभ करू शकतील किंवा जिल्ह्यात होणाऱ्या अशा कार्यक्रमांना अनुदान देऊ शकतील.

५) अनुसूचित जाती, जमातींच्या लोकांची परिस्थिती सुधारण्यासाठी किंवा अस्पृश्यता निवारण करण्यासाठी वेळोवेळी आदेश देऊन पैशांची तरतूद करू शकतात.

६) कायद्याने दिलेले कार्य जिल्हा परिषद पार पाडते.

७) सरकारी नियमाप्रमाणे जिल्हा परिषदेच्या निवडून आलेल्या पदाधिकारी व पंचायत समितीच्या पदाधिकाऱ्यांच्या प्रवासभत्त्यांची व्यवस्था करीत असते.

८) भारतात कोठेही नैसर्गिक आपत्तीमुळे लोकांचे नुकसान झाले असेल, तर जिल्हा परिषद अनुदान पाठवू शकते.

९) मुख्य कार्यकारी अधिकाऱ्याच्या कार्यावर देखरेख करणे, जर तो योग्य प्रकारे कार्य करीत नसेल, तर २/३ बहुमताने त्याच्या बदलीसंबंधी ठराव पास करून शासनाला विनंती करणे.

१०) जिल्हा परिषदेमार्फत एक विशेष करार करून बांधकाम करणे, आधीच्या बांधकामात सुधारणा करणे किंवा राज्य सरकार किंवा केंद्र सरकारने दिलेल्या संस्था चालवू शकतात.

११) जिल्हा परिषद स्थानिक संस्थांना तांत्रिक सल्ला देऊ शकते. ते काम स्थानिक पातळीवर कसे चालले आहे, हे पाहण्यासाठी अधिकारी पाठवू शकते.

१२) न्यायालयात चालत असलेले खटले मिटविण्याच्या दृष्टीने जिल्हा परिषद तडजोड करू शकते.

१३) अधिकाऱ्याला नुकसान भरपाईची रक्कम देणे, ती जिल्हा फंडातून देणे.

१४) स्थायी समिती व विषय समिती यांच्या बैठकीचे तपशील मागून घेणे; तसेच वित्तीय लेखा मागून घेणे.

१५) जिल्हा परिषदेच्या सर्व कर्मचाऱ्यांवर नियंत्रण ठेवणे.

१६) दुष्काळ परिस्थिती जाहीर करण्यात आलेल्या भागात मदत पोहचविण्याचे कार्य करणे.

१७) पंचायत समितीच्या कामकाजावर नियंत्रण ठेवणे आणि त्यांना मार्गदर्शन करणे.

१८) रस्ते, बागा व स्थानिक स्वरूपाची कामे करणे.

वरीलप्रमाणे जिल्हा परिषदेची कार्ये व अधिकार आहेत.

जिल्हा परिषदेच्या समित्या

जिल्हा परिषदेचे कामकाज व्यवस्थितरीत्या पार पाडण्यासाठी विविध समित्या नियुक्त केल्या जातात. जिल्हा परिषद समित्यांमार्फत कार्य करते. जिल्हा परिषदेमध्ये ज्या समित्या आहेत, त्यांची कार्ये, रचना व अधिकार हे जिल्हा परिषदेच्या दर्जानुसार भिन्न असतात. महाराष्ट्रात जिल्हा परिषदांमध्ये सात कायदेशीर समित्या आहेत. त्या पुढीलप्रमाणे आहेत -

१) अर्थ समिती
२) स्थायी समिती
३) बांधकाम समिती
४) शेती समिती
५) शिक्षण समिती
६) आरोग्य समिती
७) समजाकल्याण समिती

गरज पडल्यास या समित्यांव्यतिरिक्त वेगळ्या समित्या जिल्हा परिषदेचा अध्यक्ष स्थापन करू शकतो.

१. **स्थायी समिती :** या समितीचा अध्यक्ष हा जिल्हा परिषदेचाच अध्यक्ष असतो व इतर जिल्हा परिषदेच्याच सदस्यांतून निवडलेले सात सभासद या समितीत असतात. तसेच विषय समित्यांचे सभापती त्या समितीचे सदस्य असतात. एक किंवा दोन स्वीकृत सदस्य जे स्थायी समितीच्या कामातील विशेष तज्ज्ञ असतात. ‘उपमुख्य कार्यकारी अधिकारी हा स्थायी समितीचा

पदसिद्ध सचिव असतो, तर जिल्हा परिषदांमधील समाजकल्याण अधिकारी पदसिद्ध संयुक्त सचिव म्हणून कार्य करतो.'

२. **विषय समिती**

अ) या समितीचे पाच सदस्य जिल्हा परिषदेने निवडून पाठविलेले असतात. त्यांना मतदानाचा अधिकार असतो. यालाच 'सहकार समिती' म्हणतात.

ब) शिक्षण समितीत सात सदस्य असतात. त्यांची निवड जिल्हा परिषदांच्या सदस्यातून होते. ज्यांना शिक्षणक्षेत्रांत विशेष माहिती आहे, असे दोन सदस्य नेमले जातात. शिवाय जिल्ह्यात असलेल्या नगरपालिकेच्या दोन अध्यक्षांना, जे जिल्हा परिषदेला प्राथमिक शिक्षणासाठी वार्षिक अनुदान देत असतात; त्यांना जिल्हा परिषद निवडत असते. त्यांना मतदानाचा अधिकार असतो.

क) इतर समितीमध्ये, प्रत्येकी सात सदस्य असतात. ज्यांची निवड जिल्हा परिषदेकडून होते. जिल्हा परिषदेचा प्रमुख हा त्या-त्या विषयाचा सचिव असतो.

कोणत्याही सभासदाला, दोनपेक्षा जास्त समित्यांचा सदस्य म्हणून राहता येत नाही. तसेच पंचायत समितीचे सभापती व उपसभापती वरील समित्यांचे सदस्य राहू शकत नाही. या सर्व समित्यांचा कार्यकाल पाच वर्षांचा असतो.

स्थायी समिती व विषय समिती यांची कार्ये

स्थायी समिती व विषय समित्यांना कायद्याने दिलेली कार्ये करावी लागतात. ती खालीलप्रमाणे असतात-

१) आपल्या विषयाच्या कामाची जबाबदारी स्वीकारणे व विकासकार्याची दिशा निश्चित करणे.

२) आपल्या विषयाच्या कामाची योजना तयार करणे.

३) अंदाजपत्रकात नमूद केलेल्या खर्चावर देखरेख ठेवणे.

४) समितीच्या प्रत्येक बैठकीचा अहवाल जिल्हा परिषदेला पाठविणे.

५) समितीच्या वतीने कामाचे किंवा मालमत्तेचे परीक्षण करण्यासाठी अधिकाऱ्यांना पाठविणे.

६) जिल्हा परिषदेच्या संबंधित अधिकाऱ्यांकडून त्या कार्याची माहिती, अहवाल, तक्ते आणि वित्तीय लेखा मागविणे.

७. जिल्हा परिषदेच्या कार्याचा वेळोवेळी आढावा घेणे.

८. स्थायी समिती व विषय समिती जिल्हा परिषदेच्या अधिकाऱ्याला विषय समितीच्या बैठकीला हजर राहून सल्ला देण्यासाठी सांगू शकतात.

जिल्हा परिषदेच्या उत्पन्नाची साधने

जिल्हा परिषदेला मिळणारे उत्पन्न एका निधीत जमा केले जाते. त्याला जिल्हानिधी म्हणतात. त्यातून जिल्हा परिषदेचा खर्च केला जातो. विविध कर, अनुदान व जमीन महसुलात वाटा इत्यादी माध्यमातून जिल्हा परिषदेला उत्पन्न मिळते.

जिल्हा परिषदेचा मुख्य कार्यकारी अधिकारी

जिल्हा परिषदेच्या प्रशासकीय प्रमुखास 'मुख्य कार्यकारी अधिकारी' म्हणतात. तो जिल्हाधिकाऱ्याच्या दर्जाचा अधिकारी असून राज्य सरकार भारतीय प्रशासकीय सेवेतील अधिकाऱ्याची या पदावर नेमणूक करते. त्याचा कार्यकाल ३ वर्षांचा असतो. यामध्ये राज्य सरकार बदल करू शकते २/३ बहुमताने अविश्वासाचा ठराव संमत करून त्याला त्याच्या पदावरून दूर करता येते. त्याला त्याच्या कामामध्ये एक किंवा अधिक उपमुख्य कार्यकारी अधिकारी व विविध खात्यांसाठीचे अधिकारी मदत करतात.

मुख्य कार्यकारी अधिकाऱ्याचे अधिकार व कार्ये

१) जिल्हा परिषदेच्या प्रशासनाला मार्गदर्शन करणे व त्यावर नियंत्रण ठेवणे.

२) जिल्हा परिषदेच्या अधिकारी व सेवक वर्गाची नेमणूक करणे.

३) जिल्हा परिषदेच्या व त्याच्या समित्यांच्या सभांना उपस्थित राहणे, मार्गदर्शन करणे.

४) जिल्हा परिषदेच्या आर्थिक व्यवहारावर नियंत्रण ठेवणे. त्याच्या मान्यतेशिवाय खर्च करता येत नाही.

५) जिल्ह्यातील विकासकामांना मार्गदर्शन करणे.

सारांश

पंचायतराज संस्थेतील 'शिखर संस्था' म्हणून जिल्हा परिषदेला महत्त्वाचे स्थान आहे. ग्रामीण लोकसंख्येसाठी जिल्हा परिषद स्थापन केलेली असल्याने ग्रामीण जनतेच्या विकासाची जबाबदारी जिल्हा परिषदेवर असते. शेती, पशुसंवर्धन, समाजकल्याण, शिक्षण, आरोग्य, सहकार, उद्योगधंदे अशा १२८ विषयांच्या संदर्भात

जिल्हा परिषद कार्य करते. एकूणच जिल्ह्याच्या सर्वांगीण विकासाची जबाबदारी जिल्हा परिषदेवर असते. पंचायतराज व्यवस्थेमध्ये म्हणूनच जिल्हा परिषदेला अनन्यसाधारण महत्त्व आहे.

महाराष्ट्रातील जिल्हा परिषद

अ. क्र.	विभाग	जिल्हा परिषद
१)	कोकण	सिंधुदुर्ग
२)	कोकण	रत्नागिरी
३)	कोकण	रायगड
४)	कोकण	ठाणे
५)	कोकण	पालघर
६)	पुणे	पुणे
७)	पुणे	कोल्हापूर
८)	पुणे	सातारा
९)	पुणे	सांगली
१०)	पुणे	सोलापूर
११)	नाशिक	नाशिक
१२)	नाशिक	जळगाव
१३)	नाशिक	नंदुरबार
१४)	नाशिक	धुळे
१५)	नाशिक	अहमदनगर
१६)	नागपूर	नागपूर
१७)	नागपूर	वर्धा
१८)	नागपूर	भंडारा
१९)	नागपूर	चंद्रपूर
२०)	नागपूर	गडचिरोली
२१)	नागपूर	गोंदिया
२२)	अमरावती	अमरावती
२३)	अमरावती	बुलढाणा
२४)	अमरावती	वाशिम

२५)	अमरावती	यवतमाळ
२६)	अमरावती	अकोला
२७)	औरंगाबाद	औरंगाबाद
२८)	औरंगाबाद	नांदेड
२९)	औरंगाबाद	बीड
३०)	औरंगाबाद	हिंगोली
३१)	औरंगाबाद	परभणी
३२)	औरंगाबाद	उस्मानाबाद
३३)	औरंगाबाद	जालना
३४)	औरंगाबाद	लातूर

(संदर्भ - ग्रामविकास व पंचायतराज विभाग, महाराष्ट्र शासन - website)

क) राज्यघटनेतील अनुसूची ११ (Schedule XI in Constitution)

प्रस्तावना :

भारतीय राज्यघटनेतील अनुसूची ११ (Schedule XI) अत्यंत महत्त्वाचे आहे, कारण यामध्ये पंचायतराजबाबत तरतुदी आहेत. सुरुवातीला भारतीय राज्यघटनेमध्ये अनुसूची ११ समाविष्ट केलेले नव्हते. १९९२ साली झालेल्या ७३ व्या घटना दुरुस्तीने भारतीय राज्यघटनेमध्ये अनुसूची ११ भारतीय राज्यघटनेत नव्याने समाविष्ट करण्यात आले. कलम २४ एप्रिल १९९३ पासून ७३ वी घटनादुरुस्ती अमलात आली. २४३-ग या भागाच्या अंतर्गत राज्य विधिमंडळ पंचायतीराज संदर्भात कायद्याद्वारे तरतुदी करू शकेल. भारतीय राज्यघटनेमध्ये अनुसूची ११ पंचायतीचे अधिकार, सत्ता आणि जबाबदाऱ्या या संदर्भात आहे. पंचायतींना कोणती सत्ता, अधिकार व जबाबदाऱ्या असणार आहेत. हे स्पष्टपणे या कलमामध्ये नोंदविलेले आहे. राज्यघटनेतील अनुसूची ११ मध्ये एकूण २९ कार्यकारी विषय देण्यात आलेले आहेत.

भारतीय राज्यघटनेच्या ११ व्या अनुसूचीमध्ये (कलम २४३-ग) पंचायतराजसंबंधी एकूण २९ कार्यकारी विषय दिलेले आहेत. ते खालीलप्रमाणे आहेत.

१) कृषी आणि कृषी विस्तार

२) जमीन सुधार, जमीन सुधारणेची अंमलबजावणी, जमीन एकत्रीकरण आणि मृदा संवर्धन

३) लघुसिंचन, जल व्यवस्थापन आणि पाणलोट विकास
४) पशु संवर्धन, दुग्ध व्यवसाय आणि कोंबडी पालन
५) मत्स्यपालन
६) सामाजिक वनीकरण आणि शेत वनीकरण
७) लघु वन उत्पादने
८) खाद्य प्रक्रिया उद्योगांसह लघु उद्योग
९) खादी गाव आणि कापड उद्योग
१०) ग्रामीण घरे
११) पिण्याचे पाणी
१२) इंधन आणि चारा
१३) रस्ते, ओव्हरवेज, पूल, फेरी, जलमार्ग आणि संसूचनांची इतर माध्यमे
१४) वीज वितरणासह ग्रामीण विद्युतीकरण
१५) आपरंपारिक ऊर्जा स्तोत्र
१६) गरिबी निर्मूलन कार्यक्रम
१७) प्राथमिक आणि माध्यमिक शाळांसह शिक्षण
१८) तांत्रिक प्रशिक्षण आणि व्यावसायिक शिक्षण
१९) प्रौढ आणि अनौपचारिक शिक्षण
२०) ग्रंथालये
२१) सांस्कृतिक उपक्रम
२२) बाजार आणि जत्रा
२३) रुग्णालये, प्राथमिक आरोग्य केंद्रे आणि दवाखान्यांसह आरोग्य आणि स्वच्छता
२४) कुटुंब कल्याण
२५) महिला आणि बाल विकास
२६) अपंग आणि मतिमंदांच्या कल्याणासह समाज कल्याण
२७) दुर्बल घटकांचे आणि विशेषत: अनुसूचित जाती आणि जमातींचे कल्याण
२८) सार्वजनिक वितरणप्रणाली
२९) समुदायाच्या मालमत्तेची देखभाल

सराव प्रश्न

अ) दिर्घोत्तरी प्रश्न

१) ग्रामसभेची रचना सांगून अधिकार व कार्ये लिहा.

२) ग्रामपंचायतीची रचना सांगा.

३) ग्रामसेवकाचे अधिकार व कार्ये लिहा.

४) सरपंचाचे अधिकार व कार्ये लिहा.

५) ग्रामपंचायतीची कार्ये स्पष्ट करा.

६) पंचायत समितीची रचना लिहा.

७) पंचायत समितीच्या सभापतीची कामे लिहा.

८) गटविकास अधिकाऱ्याचे अधिकार व कार्ये सांगा.

९) पंचायत समितीची अधिकार व कार्ये लिहा.

१०) जिल्हा परिषदेची रचना सांगून कार्यकाल लिहा.

११) जिल्हा परिषदेच्या अध्यक्षाचे कार्ये व अधिकार लिहा.

१२) जिल्हा परिषदेच्या उपाध्यक्षाची कार्ये व अधिकार सांगा.

१३) जिल्हा परिषदेच्या मुख्य कार्यकारी अधिकाऱ्याचे अधिकार व कार्ये स्पष्ट करा.

१४) पंचायतराज व्यवस्थेतील शिखर संस्था म्हणून जिल्हा परिषदेची कार्ये व अधिकार सांगा.

१५) राज्यघटनेतील अनुसूची ११ मधील तरतुदी स्पष्ट करा.

ब) बहुपर्यायी प्रश्न

सराव प्रश्न

१) ग्रामपंचायत आणि जिल्हा परिषद या दोन्ही संस्थांच्या कार्यामध्ये समन्वय साधण्यासाठी जी संस्था स्थापन करण्यात आली तिला .... असे नाव देण्यात आले.

उत्तर: पंचायत समिती.

२) मध्यम स्तरावरील यंत्रणा म्हणून 'पंचायत समितीची' स्थापना करावी अशी शिफारस '........' समितीने केली.

उत्तर : बलवंतराय मेहता समिती

३) 'जिल्हा परिषद' हा पंचायत राजचा प्रमुख घटक असावा. अशी शिफारस '........' समितीने केली.

उत्तर : वसंतराव नाईक

४) प्रत्येक जिल्हा विकास गटासाठी एक .... निर्माण करण्यात आली.

उत्तर : पंचायत समिती

५) पंचायत समितीच्या सदस्यांची निवड .... होत असते.

उत्तर : प्रत्यक्षरित्या

६) विकास गटात .... लोकसंख्येपेक्षा जास्त नाही अशा प्रत्येक पंचायत मतदार संघाने निवडलेला एक प्रतिनिधी असतो.

उत्तर : सतरा हजार पाचशे

७) सध्या पंचायत समितीत स्त्रियांसाठी किती टक्के जागा राखीव आहेत?

उत्तर : ५०%

८) अनुसूचित जाती, अनुसूचित जमाती व इतर मागास वर्ग यांच्यासाठी .... प्रमाणात जागा राखीव ठेवण्यात येतात.

उत्तर : लोकसंख्येच्या

९) .... हे पंचायत समितीचे पदसिद्ध सचिव असतात.

उत्तर : गटविकास अधिकारी

१०) महाराष्ट्रात एकूण पंचायत समितीची संख्या .... होय.

उत्तर : ३५१

११) सर्वात जास्त पंचायत समितीची संख्या असणारा विभाग .... आहे.

उत्तर : औरंगाबाद (७६)

१२) सर्वांत कमी पंचायती समितीची संख्या असणारा विभाग कोणता?

उत्तर : कोकण विभाग

१३) पंचायत समितीचा कार्यकाल हा .... वर्षाचा असतो.

उत्तर : ५ वर्षाचा

१४) पंचायत समितीचा कार्यकाल हा पाच वर्षांचा म्हणून कोणाच्या घटना दुस्तीने केलेला आहे.

उत्तर : १९९२ च्या ७३ व्या घटना दुरुस्तीने

१५) पंचायत समितीच्या कोणत्याही सदस्याला खालील कारणासाठी काढून टाकता येते.

१) निवडून आलेल्या सदस्यांची निवडणूक बोर्डाने अवैध म्हणून घोषित केली.

२) पंचायत समितीचा सदस्य लागोपाठ परवानगी न घेता ३ महिन्यापर्यंत सभेत गैरहजर असेल.

३) फक्त १

४) वरीलपैकी १ व २

उत्तर : पर्याय क्र. ४) वरीलपैकी (१) व (२)

१६) पंचायत समितीच्या पदाधिकाऱ्या कोणती दोन पदे निर्माण करण्यात आले आहे.

अ) सभापती आणि उपसभापती

ब) सरपंच आणि तलाठी

क) अध्यक्ष आणि उपाध्यक्ष

ड) ग्रामसेवक आणि गटविकास अधिकार

उत्तर : अ) सभापती आणि उपसभापती

१७) पंचायत समितीच्या सदस्यांच्या निवडणुकीत वाद निर्माण झाल्यास जिल्हाधिकाऱ्याने तो कोणास कळवावा लागतो?

उत्तर : आयुक्तांना

१८) खालीलपैकी पंचायत समितीच्या सभापतीची कार्ये लिहा.

अ) पंचायत समितीची सभा बोलवणे त्याचे अध्यक्षपद स्वीकारणे.

ब) पंचायत समितीच्या सभापतीस अधिकाऱ्यावरून सेवकांच्या कार्यात देखरेख व नियंत्रण ठेवावे लागते.

क) पंचायत समितीची मालमत्ता तपासण्याच अधिकार

ड) वरीलपैकी सर्व

उत्तर : ड) वरीलपैकी सर्व

१९) पंचायत समितीच्या ठिकाणी विकासाच्या कार्यात समन्वय साधण्यासाठी राज्य सरकारचा तहसीलदार श्रेणीचा एक अधिकारी म्हणजे .... होय.

उत्तर : गटविकारी अधिकारी

२०) ग्रामपंचायत आणि जिल्हा परिषद यांच्या कार्यात समन्वय साधण्याचे कार्य .... करावे लागते.

उत्तर : गटविकास अधिकारी

२१) गटविकास अधिकाऱ्याची नेमणूक .... तर्फे परीक्षा पद्धतीने केली जाते.

उत्तर : महाराष्ट्र लोकसेवा

२२) विस्तार अधिकाऱ्याच्या कार्यास मार्गदर्शन .... हा करतो.

उत्तर : गटविकास अधिकारी

२३) गटविकास अधिकारी खालीलपैकी कोणते कार्य करतो?

१) पंचायत समितीत कार्य करणाऱ्या अधिकाऱ्याकडून कामाची माहिती, तक्ते, अहवाल, वित्त लेखा मागविण्याचा अधिकार.

२) विस्तार अधिकाऱ्यास मार्गदर्शन

३) पंचायत समितीचा तो पदसिद्ध सदस्य संपूर्ण कागद पत्रे त्यांच्या ताब्यात असतात.

४) वरीलपैकी सर्व

उत्तर : पर्याय क्र. (४) वरीलपैकी सर्व

२४) सभापती, उपसभापती, गटविकास अधिकारी यांसारख्या प्रशासकीय अधिकाऱ्यांनी पूर्वी घेतलेले निर्णय बदलणे, त्या निर्णयात दुरुस्ती सुचविणे हे कार्य .... करते.

उत्तर : पंचायत समती

२५) स्थानिक निधी व पंचायत समितीला मिळालेल्या अनुदानाचा वापर करण्यासाठी बांधकाम व इतर विकासात्मक कामांची रूपरेषा तयार करणे. हे काम .... करते.

उत्तर : पंचायत समिती

२६) .... जिल्हा परिषदेच्या प्रचलित करात वाढ करण्याचे सुचवू शकते.

उत्तर : पंचायत समती

२७) पंचायत समितीच्या बैठका एका महिन्यात .... घेतल्या जातात.

उत्तर : दोन

२८) ग्रामीण लोकसंख्येसाठी .... स्थापन केली आहे.

उत्तर : जिल्हा परिषद

२९) .... रोजी महाराष्ट्र राज्यात पंचायतराजची सुरुवात झाली.

उत्तर : १ मे १९६२

३०) पंचायतराज व्यवस्थेत जिल्हा पातळीवर असलेली .... ही प्रमुख संस्था होय.

उत्तर : जिल्हा परिषद

३१) जिल्हा परिषदेत कमीतकमी .... व जास्तीत जास्त सभासद असू

शकतात.

उत्तर: ५०, ७५

३२) जिल्ह्यातील .... जिल्हा परिषदेचे पदसिद्ध सदस्य असतात.

उत्तर: पंचायत समितीचे सभापती

३३) जिल्हा परिषदचे सहयोगी सदस्य हे .... असतात.

उत्तर: चार संघ फेडरल. सहकारी संस्थाचे अध्यक्ष

३४) स्थायी समितीचा पदसिद्ध सचिव .... असतो.

उत्तर: उपमुख्य कार्यकारी अधिकारी

३५) जिल्हा परिषदांमधील .... पदसिद्ध संयुक्त सचिव म्हणून कार्य करतो.

उत्तर: समाज कल्याण अधिकारी

३६) सहकार समिती .... समितीस म्हणतात.

उत्तर: विषय समितीस

३७) खालीलपैकी स्थायी विषय समितीची कार्य लिहा.

अ) आपल्या विषयाच्या कामाची योजना तयार करणे.

ब) अंदाज पत्रकात नमूद केलेल्या खर्चावर देखरेख ठेवणे.

क) जिल्हा परिषदेच्या कार्याचा वेळोवेळी आढावा घेणे.

ड) वरीलपैकी सर्व

उत्तर: वरीलपैकी सर्व

३८) जिल्हा परिषदेला मिळणारे उत्पन्न एका निधीत जमा केले जाते. त्याला .... म्हणतात.

उत्तर: जिल्हानिधी

३९) जिल्हा परिषदेच्या प्रशासकीय प्रमुखास .... म्हणतात.

उत्तर: मुख्य कार्यकारी अधिकारी

४०) जिल्हाधिकारी दर्जाचा अधिकारी असणाऱ्या मुख्य कार्यकारी अधिकाऱ्याचा कार्यकाल .... वर्षांचा असता.

उत्तर: ३

४१) खालीलपैकी मुख्य कार्यकारी अधिकाऱ्याचे कार्ये कोणती.

अ) जिल्हा परिषदेच्या प्रशासनाला मार्गदर्शन, त्यावर नियंत्रण.

ब) जिल्हा परिषदेच्या अधिकारी व सेवक वर्गाची नेमणूक करणे.

क) जिल्ह्यांतील विकास कामांला मार्गदर्शन करणे.

ड) वरीलपैकी सर्व

उत्तर : ड) वरीलपैकी सर्व

४२) पंचायत राजसंस्थेतील शिखर संस्था म्हणून .... महत्त्वाचे स्थान आहे.

उत्तर : जिल्हा परिषदेला

४३) जिल्हा परिषद .... विषयांच्या संदर्भात कार्य करते.

उत्तर : १२८ विषय

४४) भारतीय राज्यघटनेच्या .... कलमानुसार पंचायतीची व्याख्या सांगितली आहे.

उत्तर : २४३ कलम

४५) राज्याचे विधान मंडळ, पंचायतीकडून लेखे ठेवले जाण्याच्या संबंधात आणि अशा लेख्यांच्या लेखापरिक्षेच्या संबंधात कायद्याद्वारे कलम .... यात तरतूद केली आहे.

उत्तर : २४३ कलम

४६) भारतीय राज्यघटनेच्या कोणत्या भागामध्ये पंचायतीराजबाबत तरतुदी आहेत?

उत्तर : अनुसूची ११

४७) कोणत्या घटनादुरुस्तीने अनुसूची ११ राज्यघटनेमध्ये समाविष्ट केली गेली?

उत्तर : ७३ वी घटनादुरुस्ती

४८) भारतीय राज्यघटनेच्या अनुसूची ११ मध्ये किती कार्यकारी विषय दिलेले आहेत?

उत्तर : २९

सेमिस्टर ६

प्रकरण १

चौऱ्याहत्तरावी घटनादुरुस्ती आणि शहरी संस्था
(74th Constitutional Amendments and Urban Bodies)

अ) **चौऱ्याहत्तराव्या घटनादुरुस्तीपूर्वीच्या शहरी संस्था**
(Urban Bodies before 74th Constitutional Amendment)

ब) **कलम २४३ मधील घटनात्मक बदल**
(Constitutional Changes in Article 243)

क) **नगर पंचायत**
(Nagar Panchayat)

प्रस्तावना

ग्रामीण व शहरी अशा दोन भागांमध्ये विभागांचे वर्गीकरण केले जाते. गावामध्ये राहणारी लोकसंख्या व शेती हा मुख्य व्यवसाय ज्या ठिकाणी आहे तो ग्रामीण भाग तर शेतीशिवाय व्यापार, उद्योग व इतर व्यवसाय, नोकरी करणारे, लोकसंख्या व भौगोलिक व्याप्ती विस्तीर्ण असणारा भाग म्हणजे शहरी भाग होय. औद्योगिकरणामुळे शहरीकरण घडून येते. गावातील लोकसंख्येचे स्थलांतर शहरी भागामध्ये होत राहिल्याने शहरांची लोकसंख्या वाढत राहते. भारतात व महाराष्ट्रात सुरुवातीला ग्रामीण लोकसंख्या जास्त होती; परंतु औद्योगिकरणामुळे शहरी लोकसंख्येत प्रचंड वाढ झालेली आहे. महाराष्ट्रामध्ये ५० टक्क्यांपेक्षा जास्त शहरी लोकसंख्या आहे. शहरी लोकसंख्येमध्ये सतत वाढ होताना दिसत आहे.

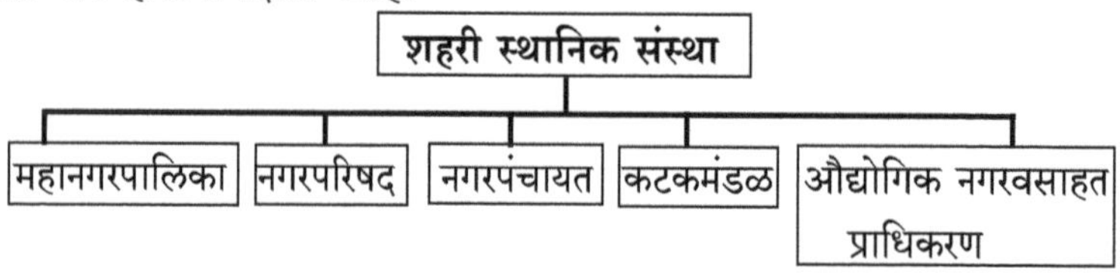

ज्या ठिकाणी मोठे शहरी क्षेत्र आहे त्या ठिकाणी 'महानगरपालिका' ही शहरी स्थानिक संस्था असते. महानगरपालिकेला स्वायत्तता व अधिकार असतात. छोट्या नागरी क्षेत्रासाठी नगरपरिषद स्थापन केली जाते. नव्याने विकसित होणाऱ्या भागात नगर पंचायत स्थापन केली जाते. कायम लष्करी छावणी असलेल्या भागात कटकमंडळे स्थापन केली जातात; तर ज्या ठिकाणी औद्योगिक वसाहती उभारल्या जातात त्या वसाहतींसाठी औद्योगिक नगरवसाहत प्राधिकरण या शहरी स्थानिक संस्थेची स्थापना केली जाते.

अ) चौऱ्याहत्तराव्या घटनादुरुस्ती पूर्वीच्या शहरी संस्था

(Urban Bodies before 74th Constitutional Amendment)

चौऱ्याहत्तरावी घटनादुरुस्ती पूर्वीच्या शहरी संस्था महानगरपालिका, नगरपालिका, नगरपरिषद यांना वैधानिक दर्जा होता. परंतु या शहरी स्थानिक स्वराज्य संस्थाच्या कारभारामध्ये अनेक समस्या निर्माण झालेल्या होत्या. या शहरी स्थानिक स्वराज्य संस्थाचा कार्यकाळ निश्चित स्वरूपाचा नव्हता. दर पाच वर्षांनी नियमितपणे निवडणुका घेतल्या जात नव्हत्या. निवडणकुांच्या आयोजनामध्ये नियमितता नव्हती. निश्चित कालावधीमध्ये निवडणुका राज्यसरकारकडून घेतल्या जात नव्हत्या. राज्य सरकारकडे शहरी स्थानिक स्वराज्य संस्थांकडे निवडणुका घेण्याची जबाबदारी होती. तसेच शहरी स्थानिक स्वराज्य संस्थांच्या अधिकार क्षेत्राबाबतही निश्चितता नव्हती. कोणते अधिकार, कार्ये शहरी स्थानिक स्वराज्य संस्थांकडे आहेत याबाबत स्पष्टता नसल्याने कार्याबाबत समस्या निर्माण होत होत्या. शहरी स्थानिक स्वराज्य संस्था चौऱ्याहत्तराव्या घटना दुरुस्तीपूर्वी आर्थिक दृष्ट्या स्वयंपूर्ण नव्हत्या. त्यांना विकास कार्यासाठी राज्यशासन व केंद्रशासनाच्या अनुदानावरती अवलंबून रहावे लागत होते. शहरी स्थानिक स्वराज्य संस्थांमध्ये महिला या घटकांला त्याच्या लोकसंख्येच्या प्रमाणामध्ये प्रतिनिधित्व मिळत नव्हते. तसेच ओबीसी, अनुसूचित जाती, अनुसूचित जमाती या समाज घटकांनादेखील योग्य प्रतिनिधित्व मिळत नव्हते. तसेच राजकीय सत्तापदे हीदेखील महिला, ओबीसी, अनुसूचित जाती, अनुसूचित जमाती यांना मिळत नव्हती. सत्तेतील या समाज घटकांची राजकीय भागीदारी मर्यादित होती. समाज घटकांना समान राजकीय प्रतिनिधित्व व समान राजकीय सत्ता मिळत नव्हती.

शहरी स्थानिक स्वराज्य संस्थासाठी २२ डिसेंबर १९९२ रोजी चौऱ्याहत्तरावी घटनादुरुस्ती करण्यात आली.

७४ व्या घटना दुरूस्तीने केलेले बदल

१) **नागरी स्थानिक स्वराज्य संस्था :** चौऱ्याहत्तरावी घटनादुरुस्ती ही मुख्यत: शहरी स्थानिक स्वराज्य संस्थांसाठी केली गेली. शहरी स्थानिक स्वराज्य संस्थांच्या कारभारामध्ये सुधारणा घडवून आणण्याच्या हेतूने ही घटनादुरुस्ती करण्यात आली होती. राज्य विधिमंडळाने कायदा करून शहरी भागासाठी स्थानिक संस्था स्थापन कराव्यात असे म्हटले होते. त्यानुसार महाराष्ट्रात महानगरपालिका, नगरपालिका व छावणी बोर्ड या शहरी भागासाठी स्थानिक स्वराज्य संस्था स्थापन केल्या गेल्या. यानुसार विविध समितीच्या माध्यमातून कामकाज चालवले जाते.

२) **कार्यकाल :** या घटनादुरुस्तीने शहरी स्थानिक संस्थांचा कार्यकाल हा ५ वर्षांचा निश्चित करण्यात आला. ६ महिन्याच्या आत निवडणुका घेणे राज्य सरकारवर बंधनकारक करण्यात आले.

३) **आरक्षण :** महिला, अनुसूचित जाती, जमाती यांच्यासाठी राखीव जागा ठेवण्यात आल्या. त्याचबरोबर अधिकार पदेदेखील राखीव ठेवण्यात आली.

४) **राज्य निवडणूक आयोग :** या घटनादुरुस्तीने शहरी स्थानिक संस्थांच्या निवडणुका नियमितपणे पार पाडण्यासाठी राज्य निवडणूक आयोगाची स्थापना केली.

५) **राज्य वित्त आयोग :** शहरी स्थानिक संस्थांना आर्थिकदृष्ट्या स्वयंपूर्ण करण्यासाठी राज्य वित्त आयोग निर्माण करण्यात आला.

६) **अधिकारक्षेत्र :** बांधकाम, पर्यावरण, दारिद्र्यनिर्मूलन यासारखे १८ विषय शहरी संस्थाकडे सोपविण्यात आले. राज्यघटनेच्या १२ व्या अनुसूचीमध्ये त्याचा समावेश केला आहे.

७) **नियोजन व विकास समिती :** त्र्याहत्तर व चौऱ्याहत्तराव्या घटनादुरुस्तीने केलेले बदल सारखेच होते. त्र्याहत्तरावी घटनादुरुस्तीने केवळ ग्रामीण स्थानिक स्वराज्य संस्थांसाठी बदल केले तर चौऱ्याहत्तराव्या घटनादुरुस्तीने शहरी स्थानिक स्वराज्य संस्थांसाठी बदल केले. त्र्याहत्तर व चौऱ्याहत्तराव्या घटनादुरुस्तीतील एक महत्त्वपूर्ण फरक म्हणजे नियोजन व विकास समितीची तरतूद केवळ चौऱ्याहत्तराव्या घटनादुरुस्तीमध्ये केली आहे.

सारांश

१९९२ साली संसदेने चौऱ्याहत्तराव्या घटनादुरुस्तीला संमती दिली, परंतु त्याची अंमलबजावणी १९९४ पासून सुरू झाली. महाराष्ट्रामध्ये १९९४ पासून चौऱ्याहत्तरावी घटनादुरुस्ती अमलात आली. स्थानिक स्वराज्य संस्थाच्या कारभारामध्ये या घटनादुरुस्त्यांनी महत्त्वपूर्ण बदल घडवून आणले. लोकशाही विकेंद्रीकरणाची संकल्पना प्रत्यक्ष व्यवहारामध्ये अमलात आणली. ज्या समाजघटकांना राजकीय प्रतिनिधित्व मिळू शकत नव्हते त्या समाजघटकांना स्थानिक पातळीवर प्रतिनिधित्व करण्याची संधी या घटनादुरुस्तीने प्राप्त करून दिली. अनुसूचित जाती, जमाती व महिला या घटकांचा केवळ राजकीय सहभाग वाढला नाही; तर त्यांना राजकीय प्रतिनिधित्वाची संधी तसेच राजकीय सत्तादेखील मिळाली. महापौर, नगराध्यक्ष ही सत्तेची पदे या वंचित घटकांना आरक्षणाच्या माध्यमातून या घटनादुरुस्तीच्या बदलामुळे मिळाली. राज्य निवडणूक आयोग, राज्य वित्त आयोग या संस्थांनीदेखील महत्त्वपूर्ण बदल घडवून आणले. मथितार्थ, भारताच्या तसेच महाराष्ट्राच्या शहरी स्थानिक स्वराज्य संस्थाच्या इतिहासामध्ये चौऱ्याहत्तराव्या घटनादुरुस्तीला महत्त्वाचे स्थान आहे, कारण तिने स्थानिक पातळीवर महत्त्वपूर्ण बदल घडवून आणले व लोकशाहीचा विस्तार घडवून आणण्यामध्ये महत्त्वाची भूमिका बजावली.

ब) कलम २४३ मधील घटनात्मक बदल (Constitutional Changes in Article 243)

भारतीय संविधानातील शहरी स्थानिक संस्थाबद्दलच्या तरतुदी

महानगरपालिका

२४३ कलमानुसार

१) 'समिति' याचा अर्थ, अनुच्छेद २४३ ध अन्वये घटित केलेली समिती असा आहे.

२) 'जिल्हा' याचा अर्थ, एखाद्या राज्यातील जिल्हा असा आहे.

३) 'महानगर क्षेत्र' याचा अर्थ दहा लाख किंवा त्याहून अधिक लोकसंख्या असलेले, एक किंवा अधिक जिल्हे समाविष्ट असलेले आणि दोन किंवा अधिक नगरपालिका किंवा पंचायती किंवा इतर लगतचे क्षेत्र मिळून बनलेले व राज्यपाल जाहिर अधिसुचनेद्वारे या भागाच्या प्रयोजनांसाठी महानगर क्षेत्र असल्याचे विनिर्दिष्ट करील असे क्षेत्र, असा आहे.

४) 'नगरपालिका क्षेत्र' याचा अर्थ 'राज्यपालाने अधिसूचित केले असेल असे नगरपालिकेचे प्रादेशिक क्षेत्र' असा आहे.

५) 'नगरपालिका' याचा अर्थ, 'अनुच्छेद २४३ थ अन्वये घटित करण्यात आलेली स्वराज्य संस्था', असा आहे.

६) 'पंचायत' याचा अर्थ, 'अनुच्छेद २४३ ख - अन्वये घटित करण्यात आलेली पंचायत' असा आहे.

७) 'लोकसंख्या' याचा अर्थ, 'जिची संबद्ध आकडेवारी प्रकाशित करण्यात आली असेल' अशा लगतपूर्वीच्या जनगणनेद्वारे निश्चित करणयात आलेली लोकसंख्या असा आहे.

नगरपालिका घटित करणे

२४३ थ कलमानुसार

१) या भागाच्या तरतुदीनुसार प्रत्येक राज्यामध्ये,

क) संक्रमणी क्षेत्रासाठी म्हणजे ग्रामीण क्षेत्रामधून नागरी क्षेत्रामध्ये ज्याचे संक्रमण होत असेल, अशा क्षेत्रासाठी एक नगर पंचायत (मग तिला कोणत्याही नावाने संबोधण्यात येवो)

ख) थोड्या लहान नागरी क्षेत्रासाठी एखादी नगर परिषद आणि,

ग) अधिक मोठ्या नागरी क्षेत्रासाठी एखादी महानगरपालिका घटित करण्यात येईल, परंतु क्षेत्राचा आकार आणि त्या क्षेत्रातील औद्योगिक आस्थापनांकडून पुरविण्यात येणाऱ्या किंवा पुरविण्याचे प्रस्तावित केलेल्या नगरपालिका सेवा आणि राज्यपालाला योग्य वाटतील असे इतर घटक विचारात घेऊन, राज्यपाल जाहीर अधिसूचनेद्वारे जे क्षेत्र 'औद्योगिक वसाहत' म्हणून घोषित करील अशा नागरी क्षेत्रात किंवा त्याच भागात या खंडान्वये नगरपालिका घटित करता येणार नाही.

२) या अनुच्छेदामध्ये 'संक्रमणी क्षेत्र' 'थोडे लहान नागरी क्षेत्र' किंवा 'अधिक मोठे नागरी क्षेत्र' याचा अर्थ त्या क्षेत्राची लोकसंख्या घनता स्थानिक प्रशासनासाठी निर्माण होणारा महसूल, कृषीतर कार्यक्रमांमधील रोजगाराची टक्केवारी व आर्थिक महत्त्वाचे किंवा राज्यपालाला योग्य वाटतील असे इतर घटक विचारात घेऊन, राज्यपाल या भागाच्या प्रयोजनांसाठी जाहीर अधिसूचनेद्वारे विनिर्दिष्ट करील असे क्षेत्र, असा होतो.

नगरपालिकांची रचना

२४३ द कलमानुसार

१) खंड (२) मध्ये तरतूद करण्यात आली असेल ती खेरीज करून नगरपालिकेतील सर्व जागा नगरपालिका क्षेत्रातील प्रादेशिक मतदारसंघामधून प्रत्यक्ष निवडणुकीद्वारे निवडलेल्या व्यक्तीद्वारे भरण्यात येतील आणि या प्रयोजनासाठी प्रत्येक नगरपालिका क्षेत्राची वॉर्ड म्हणून ओळखल्या जाणाऱ्या प्रादेशिक मतदारसंघामध्ये विभागणी करण्यात येईल.

२) राज्य विधानमंडळ, कायद्याद्वारे,

क) (एक) नगरपालिका प्रशासनामध्ये विशेष ज्ञान किंवा अनुभव असणाऱ्या व्यक्तींना (दोन) पूर्ण किंवा अंशिक नगरपालिका क्षेत्र मिळून बनलेल्या मतदारसंघाचे प्रतिनिधित्व करणाऱ्या लोकसभा सदस्यांना आणि राज्याच्या विधानसभेच्या सदस्यांना,

(तीन) नगरपालिका क्षेत्रामध्ये मतदार म्हणून नोंदणी झालेल्या राज्यसभा सदस्यांना आणि विधान परिषद सदस्यांना,

(चार) अनुच्छेद २४३ ध च्या खंड (५) अन्वये घटित करण्यात आलेल्या समित्यांच्या सभाध्यक्षांना, नगरपालिकेमध्ये प्रतिनिधित्व देण्यासाठी तरतूद करू शकेल, परंतु अनुच्छेद (एक) मध्ये निर्देश केलेल्या व्यक्तींना नगरपालिकेच्या बैठकीमध्ये मतदान करण्याचा अधिकार असणार नाही;

ख) नगरपालिकेच्या सभाध्यक्षाची निवड करण्याच्या रीतीसाठी तरतूद करू शकेल.

वॉर्ड समित्या घटित करणे व त्यांची रचना इत्यादी

२४३ ध कलमानुसार

१) तीन लाख किंवा अधिक लोकसंख्या असणाऱ्या नगरपालिकांच्या प्रादेशिक क्षेत्रामध्ये एका किंवा अधिक वॉर्डाचा समावेश असलेल्या वॉर्ड समित्या घटित करण्यात येतील.

२) राज्य विधान मंडळ, कायद्याद्वारे,

(क) वॉर्ड समित्यांची रचना व त्यांचे प्रादेशिक क्षेत्र,

(ख) वॉर्ड समितीमधील जागा ज्या रीतीने भरावयाच्या ती रीत,

३) वॉर्ड समितीच्या प्रादेशिक क्षेत्रामधील वॉर्डाचे प्रतिनिधित्व करणारा नगरपालिका

सदस्य हा त्या समितीचा सदस्य असेल.

४) वॉर्ड समितीमध्ये...

(क) एका वॉर्डाचा अंतर्भाव असेल अशा बाबतीत, त्या वॉर्डाचे प्रतिनिधित्व करणारा सदस्य; किंवा

(ख) दोन किंवा अधिक वॉर्डाचा अंतर्भाव असेल अशा बाबतीत, अशा वॉर्डाचे नगरपालिकेमध्ये प्रतिनिधित्व करणाऱ्या सदस्यांमधून वॉर्ड समितीच्या सदस्यांनी निवडला असेल असा एक सदस्य हा त्या समितीचा सभाध्यक्ष असेल;

५) या अनुच्छेदातील कोणत्याही गोष्टीमुळे, वॉर्ड समितीव्यतिरिक्त आणखी कोणतीही समिती घटित करण्यासाठी कोणतीही तरतूद करण्यास राज्य विधानमंडळास प्रतिबंध होतो, असे मानण्यात येणार नाही.

जागांचे आरक्षण

२४३ न कलमानुसार

१) प्रत्येक नगरपालिकेमध्ये अनुसूचित जातींसाठी आणि अनुसूचित जमातींसाठी जागा राखून ठेवण्यात येतील आणि अशा प्रकारे राखून ठेवण्यात आलेल्या जागांच्या संख्येचे त्या नगरपालिकेमध्ये थेट निवडणुकीद्वारे भरावयाच्या जागांच्या एकूण संख्येशी असलेले प्रमाण हे, शक्य होईल तेथवर, त्या नगरपालिका क्षेत्रामधील अनुसूचित जातींच्या किंवा नगरपालिका क्षेत्रातील अनुसूचित जमातींच्या लोकसंख्येचे त्या क्षेत्रातील एकूण लोकसंख्येशी जे प्रमाण असेल, तेच असेल, आणि नगरपालिकेतील विविध मतदारसंघामध्ये आळीपाळीने अशा जागांचे वाटप करण्यात येईल.

२) खंड (१) खाली राखून ठेवलेल्या जागांच्या एकूण संख्येच्या एक-तृतीयांशापेक्षा कमी नसतील एवढ्या जागा अनुसूचित जातींच्या, किंवा यथास्थिती, अनुसूचित जातींच्या महिलांसाठी राखून ठेवण्यात येतील.

३) प्रत्येक नगरपालिकेमधील थेट निवडणुकीद्वारे भरावयाच्या जागांच्या एकूण संख्येचा एक-तृतीयांशापेक्षा कमी नसतील एवढ्या जागा (अनुसूचित जातींच्या व अनुसूचित जातींच्या महिलांसाठी राखून ठेवलेल्या जागा धरून) महिलांसाठी राखून ठेवण्यात येतील आणि नगरपालिकेतील विविध मतदारसंघामध्ये आळीपाळीने अशा जागांचे वाटप करण्यात येईल.

१) नगरपालिकांमधील सभाध्यक्षांची पदे राज्य विधानमंडळ कायद्याद्वारे तरतूद करील, अशा रीतीने अनुसूचित जाती, अनुसूचित जमाती आणि महिला यांच्यासाठी राखून ठेवण्यात येतील.

२) खंड (१) आणि (२) नुसार, जागांचे आरक्षण आणि खंड (४) नुसार सभाध्यक्षांच्या पदांचे आरक्षण हे (महिलांसाठी असलेल्या आरक्षणाव्यतिरिक्त) अनुच्छेद ३३४ मध्ये विनिर्दिष्ट केलेला कालावधी समाप्त झाल्यावर निष्प्रभावी होईल.

३) या भागातील कोणत्याही गोष्टीमुळे, कोणत्याही राज्याच्या विधानमंडळास, मागासवर्गीय नागरिकांसाठी कोणत्याही नगरपालिकेमध्ये जागा राखून ठेवण्यासाठी किंवा नगरपालिकांमध्ये सभाध्यक्षांची पदे राखून ठेवण्यासाठी कोणतीही तरतूद करण्यास प्रतिबंध होणार नाही.

२४३ प कलमानुसार

१) प्रत्येक नगरपालिका, तिच्या पहिल्या बैठकीकरता नियत केलेल्या दिनांकापासून पाच वर्षापर्यंत, त्या काळी अमलात असलेल्या कोणत्याही कायद्याखाली ती तत्पूर्वी विसर्जित झाली नसेल तर, अस्तित्वात राहील, त्यापेक्षा अधिक काळ नाही :

परंतु, नगरपालिकेचे (असे) विसर्जन करण्यापूर्वी तिला आपली बाजू मांडण्याची वाजवी संधी देण्यात येईल.

२) त्या त्या काळी अमलात असलेल्या कोणत्याही कायद्यामधील कोणतीही सुधारणा ही, अशा सुधारणेच्या लगतपूर्वी कार्यरत असलेल्या कोणत्याही नगरपालिकेची विसर्जन करण्याकरिता कारणीभूत होण्याच्या दृष्टीने, खंड (१) मध्ये विनिर्दिष्ट केलेला तिचा कालावधी समाप्त होईपर्यंत प्रभावी होणार नाही.

३) नगरपालिका घटित करण्यासाठी,

(क) खंड (१) मध्ये विनिर्दिष्ट केलेला तिचा कालावधी समाप्त होण्यापूर्वी निवडणूक प्रक्रिया पूर्ण करण्यात येईल :

परंतु, ज्या कालावधीसाठी विसर्जित नगरपालिका चालू राहिली असती तो उर्वरित कालावधी सहा महिन्यांपेक्षा कमी असेल, त्या बाबतीत त्या कालावधीसाठी नगरपालिका घटित करण्याकरिता या खंडानुसार कोणतीही निवडणूक घेण्याची आवश्यकता असणार नाही.

४) एखाद्या नगरपालिकेचा कालावधी समाप्त होण्यापूर्वी तिचे विसर्जन झाल्यामुळे घटित करण्यात आलेली नगरपालिका ही, जर विसर्जित नगरपालिकेचे विसर्जन झाले नसते तर, खंड (१) नुसार ज्या उर्वरित कालावधीसाठी ती नगरपालिका अस्तित्वात राहिली असती, तेवढ्याच उर्वरित कालावधीसाठी अस्तित्वात राहील.

२४३ फ कलमानुसार

१) एखादी व्यक्ती, एखाद्या नगरपालिकेची सदस्य म्हणून निवडली जाण्यास किंवा सदस्य असण्यास, पुढील बाबतीत अपात्र असेल.
(क) संबंधित राज्य विधानमंडळाच्या निवडणुकांच्या प्रयोजनार्थ त्या त्या काळी अमलात असलेल्या कोणत्याही कायद्याद्वारे किंवा त्याखाली सदस्यत्वाकरिता तिला अशा प्रकारे अपात्र ठरविण्यात आलेले असेल तर,
परंतु कोणत्याही व्यक्तीस, तिने वयाची एकवीस वर्षे पूर्ण केलेली असल्यास, ती पंचवीस वर्षांपेक्षा कमी वयाची आहे, या कारणास्तव अपात्र ठरवण्यात येणार नाही. कायद्याद्वारे किंवा त्याखाली तिला अशा प्रकारे अपात्र ठरवण्यात आलेले असेल तर,
(ख) राज्य विधान मंडळाने केलेल्या कोणत्याही कायद्याद्वारे किंवा त्याखाली तिला अशा प्रकारे अपात्र ठरण्यात आलेले असेल तर,

२) नगरपालिकेचा एखादा सदस्य खंड (१) मध्ये नमूद केलेल्या कोणत्याही प्रकारे अपात्र ठरला आहे किंवा काय याबाबत कोणताही प्रश्न निर्माण झाल्यास, तो प्रश्न, राज्य विधानमंडळ कायद्याद्वारे तरतूद करील अशा रीतीने आणि अशा प्राधिकाऱ्याकडे, निर्णयार्थ सोपविण्यात येईल.

२४३ ब कलमानुसार

संविधनाच्या तरतुदींना अधीन राहून राज्य विधानमंडळ कायद्याद्वारे,

क) नगरपालिकांना स्वराज्य संस्था म्हणून कामे पार पाडणे शक्य व्हावे या दृष्टीने आवश्यक असतील असे अधिकार व प्राधिकार त्यांना देऊ शकेल आणि...
(एक) आर्थिक विकास आणि सामाजिक न्याय यासाठी योजना तयार करणे,
(दोन) अनुसूचित बारामध्ये यादी केलेल्या बाबींसंबंधातील कार्यांसह त्यांच्यावर सोपविण्यात आलेली कार्ये पार पाडणे व योजनांची अंमलबजावणी करणे.
यासंबंधात, या कायद्यामध्ये विनिर्दिष्ट करण्यात येतील अशा शर्तीवर अधीन राहून, या नगरपालिकांना अधिकार व प्राधिकार त्यांना देऊ शकेल आणि ...

(एक) आर्थिक विकास आणि सामाजिक न्याय यासाठी योजना तयार करणे;
(दोन) अनुसूची बारामध्ये यादी केलेल्या बाबींसंबंधातील कार्यांसह त्यांच्यावर सोपविण्यात आलेली कार्ये पार पाडणे व योजनांची अंमलबजावणी करणे,

या संबंधात, या कायद्यामध्ये विनिर्दिष्ट करण्यात येतील अशा शर्तींना अधीन राहून या नगरपालिकांना अधिकार व जबाबदाऱ्या सोपविण्याच्या तरतुदींचा अशा कायद्यामध्ये अंतर्भाव करू शकेल;

ख) अनुसूची बारामध्ये यादी केलेल्या बाबींसंबंधातील जबाबदाऱ्यांसह त्यांना प्रदान करण्यात आलेल्या जबाबदाऱ्या पूर्ण करणे शक्य व्हावे यासाठी आवश्यक असतील असे, अधिकार व प्राधिकार समितीस देऊ शकेल.

नगरपालिकांच्या लेख्यांची लेखीपरीक्षा

२४३ य कलमानुसार

राज्याचे विधानमंडळ, नगरपालिकेकडून लेखे ठेवले जाण्याच्या संबंधात आणि अशा लेख्यांच्या लेखीपरीक्षेच्या संबंधात कायद्याद्वारे तरतूद करील.

नगरपालिकांच्या निवडणुका

२४३ य. क. कलमानुसार

१) नगरपालिकांच्या सर्व निवडणुकांसाठी मतदार याद्या तयार करण्याच्या कामाचे अधिक्षण, संचालन आणि नियंत्रण आणि अशा निवडणुकांचे आयोजन, या बाबी, अनुच्छेद २४३ टमध्ये निर्देशिलेल्या राज्य निवडणूक आयोगाकडे निहित असतील.

२) संविधानाच्या तरतुदींना अधीन राहून राज्याचे विधानमंडळ कायद्याद्वारे नगरपालिकांच्या निवडणुकीच्या सर्व संबंधित वा निगडित बाबींसाठी तरतूद करील.

विद्यमान कायदे व नगरपालिका अस्तित्वात राहणे

२४३ य.च. कलमानुसार

या भागामध्ये काहीही अंतर्भुत असले तरी संविधान (चौऱ्याहत्तरावी सुधारणा) अधिनियम ए १९९२ याच्या प्रारंभाच्या लगतपूर्वी राज्यामध्ये अमलात असलेल्या, नगरपालिकांशी संबंधित अशा कोणत्याही कायद्यातील, या भागातील तरतुदींशी विसंगत असलेली कोणतीही तरतूद ही, सक्षम विधानमंडळाकडून किंवा इतर सक्षम प्राधिकाऱ्याकडून सुधारित किंवा निरसित

केली जाईपर्यंत किंवा अशा प्रारंभाच्या दिनांकापासून एक वर्ष पूर्ण होईपर्यंत, यापैकी जे अगोदरचे असेल तोपर्यंत, अमलात असण्याचे चालू राहील.

परंतु, अशा प्रारंभाच्या लगतपूर्वी अस्तित्वात असलेल्या सर्व नगरपालिका, त्या राज्याच्या विधानसभेकडून किंवा त्या राज्याची विधान परिषद असल्यास, त्या राज्याच्या विधानमंडळाच्या प्रत्येक सभागृहाकडून, तशा आशयाचा ठराव मंजूर करून त्याद्वारे, तत्पूर्वी विसर्जित केलेल्या असल्यास, त्यांचा कालावधी समाप्त होईपर्यंत अस्तित्वात राहतील.

निवडणुकीसंबंधीच्या बाबींमध्ये न्यायालयीन हस्तक्षेप करण्यास रोध

२४३ य.छ. कलमानुसार

या संविधानात काहीही अंतर्भुत असले तरी,

क) अनुच्छेद २४३ य.क. खाली केलेल्या अभिप्रेत असलेल्या, मतदारसंघाच्या सीमा निश्चित करणे किंवा अशा मतदारसंघामध्ये जागांची वाटणी करणे त्यांच्याशी संबंधित कोणत्याही कायद्याची विधिग्राह्यता कोणत्याही न्यायालयात प्रश्नस्पद करता येणार नाही.

ख) कोणत्याही नगरपालिकेची कोणतीही निवडणूक, राज्यविधिमंडळाने केलेल्या कोणत्याही कायद्याद्वारे किंवा तदन्वये तरतूद केलेल्या अशा प्राधिकाऱ्याकडे आणि तशा रितीने, निवडणूक विनंती अर्ज सादर केल्याखेरिज, अन्य रितीने प्रश्नास्पद करता येणार नाही. (mahasec.maharashtra.gov.in)

क) नगरपंचायत (Nagar Panchayat)

नगरपंचायत ही शहरी स्थानिक संस्था आहे. तिला निर्देशित 'क्षेत्रसमिती' किंवा 'सिटी कौन्सिल' असेही म्हटले जाते. नगरपरिषद ज्या ठिकाणी स्थापन करता येत नाही; परंतु तो भाग शहरी असतो त्यास 'नगर पंचायत' असे म्हणतात. नगर पंचायतीची स्थापना राज्यशासनाकडून केली जाते. महाराष्ट्रामध्ये महाराष्ट्र सरकारमार्फत नगरपंचायतीची स्थापना झालेली आहे. नगरपंचायत साधारणपणे अशा शहरी भागात स्थापन केली जाते की ज्या शहराची लोकसंख्या अकरा हजारांपेक्षा जास्त व पंचवीस हजारांपेक्षा कमी असते. याचाच अर्थ नगरपंचायत स्थापनेची मुख्य अट लोकसंख्या ही आहे.

रचना

नगरपंचायतीच्या सदस्यांची निवड प्रौढ व गुप्त मताधिकार पद्धतीद्वारे होते.

नगरपंचायतीच्या सदस्यांच्या निवडीसाठी वॉर्ड तयार केले जातात. त्या प्रत्येक वॉर्डमधून एक सदस्य निवडला जातो. सदस्यांमधून एकाची अध्यक्ष म्हणून निवड केली जाते. कमीतकमी दहा सदस्य व स्वीकृत तीन सदस्य असतात. अनुसूचित जाती, जमाती, इतर मागास वर्ग व महिला या घटकांसाठी राखीव जागा असतात.

महाराष्ट्रातील नगरपंचायत

अ. क.	विभाग	क्षेत्रफळ	लोकसंख्या	जिल्हे	नगरपंचायत
१	कोकण	३०७२८	२४८८३८३०	७	२१
२	नाशिक	५७४४०	१५७३६७८४	५	१७
३	पुणे	५७२७५	१९९९७७७८	५	१६
४	औरंगाबाद	६४८१३	१५६२९२४८	८	२५
५	अमरावती	४६०३५	९९४८३६६	५	१६
६	नागपूर	५१२८६	१०६८२६२१	६	३३
७	एकूण	३०७५७७	९६८७८६२७	३६	१२८

महाराष्ट्रामध्ये एकूण १२८ नगरपंचायत आहेत. सर्वात जास्त नगरपंचायत नागपूर विभागामध्ये आहेत. १२८ नगरपंचायतीपैकी ३३ नगरपंचायती नागपूर विभागामध्ये असलेल्या दिसतात. त्यानंतर औरंगाबाद विभागामध्ये २५ नगरपंचायती आहेत. कोकण विभागात २१, नाशिक विभागात १७ तर पुणे व अमरावती विभागामध्ये प्रत्येकी १६ नगरपंचायती आहेत.

पदाधिकारी

नगरपंचायतीच्या प्रमुखाला ‘अध्यक्ष’ म्हणतात. नगर पंचायतीमध्ये निवडून आलेल्या सदस्यामधून त्याची निवड होते. त्याचा कार्यकाल पाच वर्षांचा असतो. नगरपंचायतीची सर्व कार्ये त्याच्या अध्यक्षतेखाली पार पडतात.

मुख्य कार्यकारी अधिकारी

नगरपंचायतीचा प्रशासकीय प्रमुख मुख्य कार्यकारी अधिकारी असतो. नगरपंचायतीच्या नियोजन व विकासाची अंमलबजावणी करण्याचे महत्त्वपूर्ण कार्य तो करतो. नगरपंचायतीचा अध्यक्ष, सदस्य यांच्या समन्वयातून तो नगरपंचायतीची कार्ये पार पाडतो.

नगरपंचायतीचे अधिकार व कार्ये

नगरपरिषदेला जे अधिकार व कार्ये करावी लागतात तिचे अधिकार व कार्ये नगरपंचायत आपल्या क्षेत्रामध्ये पार पाडते. नगरपंचायतीची अधिकार व कार्ये खालीलप्रमाणे आहेत.

१) शहरी भागाला अत्यावश्यक सेवा व सुविधा पुरविणे.

२) रस्ते व दिवाबत्तीची सोय करणे.

३) प्राथमिक शिक्षण देणे. त्याचबरोबर प्रौढ शिक्षणाचे वर्ग सुरू करणे. सार्वजनिक वाचनालये सुरू करणे.

४) पाणीपुरवठ्याची सोय करणे.

५) जन्म-मृत्यूची नोंद करणे.

६) सार्वजनिक स्वच्छता, आरोग्य या संदर्भातील कामे करणे.

उत्पन्नाची साधने

नगरपंचायतील करांपासून व शासनाच्या अनुदानापासून उत्पन्न मिळते.

सारांश

छोट्या शहरांसाठी नगरपंचायत स्थापन केली जाते. नगरपरिषदेप्रमाणेच ती कार्ये करते; केवळ तिचे कार्यक्षेत्र नगरपरिषदेपेक्षा छोटे असते. अशा प्रकारे नगरपंचायतीची रचना, अधिकार, कार्ये सांगता येतात.

सराव प्रश्न

अ) दिर्घोत्तरी प्रश्न

१) नगरपंचायतीची रचना लिहा.

२) नगरपंचायतीचे अधिकार व कार्ये सांगा.

३) मुख्य कार्यकारी अधिकाऱ्यांची कार्ये लिहा.

४) ७४ व्या घटना दुरुस्ती पूर्वीच्या शहरी स्थानिक स्वराज्यसंस्था स्पष्ट करा.

५) ७४व्या घटनादुरुस्तीने केलेले बदल सांगा.

६) कलम २४३ मधील घटनात्मक बदल सांगा.

७) ७४व्या घटनादुरुस्ती सविस्तरपणे विशद करा.

ब) बहुपर्यायी प्रश्न

१) चौऱ्याहत्तराव्या घटनादुरुस्तीपूर्वी शहरी स्थानिक स्वराज्य संस्थांच्या निवडणुका कोणामार्फत घेतल्या जात होत्या?

उत्तर: राज्यशासन

२) ७४ वी घटनादुरुस्ती कोणत्या संस्थांसाठी करण्यात आली?

उत्तर: शहरी स्थानिक स्वराज्य संस्था

३) ७४ वी घटनादुरुस्ती केव्हा करण्यात आली.

उत्तर: २२ डिसेंबर १९९२

४) ७४ व्या घटनादुरुस्ती मुख्य उद्देश कोणता होता?

उत्तर: शहरी स्थानिक स्वराज्य संस्थांच्या कारभारामध्ये सुधारणा घडवून आणणे.

५) नियोजन व विकास समितीची तरतूद कोणत्या घटनादुरुस्तीने केली?

उत्तर: ७४ वी घटनादुरुस्ती

६) नगरपरिषद ज्याठिकाणी स्थापन करता येत नाही परंतु तो भाग शहरी असतो त्यास काय म्हणतात?

उत्तर: नगर पंचायत

७) नगरपंचायत स्थापन करण्याची मुख्य अट किंवा निकष काय आहेत?

उत्तर: लोकसंख्या

८) महाराष्ट्रामध्ये किती नगरपंचायत आहेत?

उत्तर: १२८

९) महाराष्ट्राच्या कोणत्या विभागात सर्वात जास्त नगरपंचायत आहेत?

उत्तर: नागपूर (३३)

१०) महाराष्ट्राच्या कोणत्या विभागात सर्वात कमी नगरपंचायत आहेत?

उत्तर: अमरावती (१६) व पुणे (१६)

११) नगरपंचायतीच्या प्रशासकीय प्रमुखास काय म्हटले जाते.

उत्तर: मुख्य कार्यकारी अधिकारी

१२) नगरपंचायतीच्या उत्पन्नाचे साधन कोणते आहे?

उत्तर: कर व शासनाचे अनुदान

१३) भारतीय राज्यघटनेच्या कोणत्या कलमात शहरी स्थानिक संस्थाबाबतच्या तरतुदी आहेत?

उत्तर: कलम २४३

१४) ७४ व्या घटनादुरुस्तीनुसार शहरी स्थानिक स्वराज्य संस्थांच्या निवडणुका

घेण्याची जबाबदारी कोणाची आहे?

उत्तर: राज्य निवडणूक आयोग

१५) शहरी स्थानिक स्वराज्य संस्थाकडे किती विषय आहेत?

उत्तर: १८ विषय

१६) शहरी स्थानिक स्वराज्य संस्थासाठी .... घटना दुरुस्ती करण्यात आली.

उत्तर: चौऱ्याहत्तरावी

१७) खालीलपैकी ७४ व्या घटना दुरुस्तीने केलेले बदल कोणते नाहीत?

अ) राज्य वित्त आयोग　　ब) राज्य निवडणूक आयोग

क) नियोजन व विकास समिती　　ड) ग्रामीण स्थानिक स्वराज्य संस्था

उत्तर: ग्रामीण स्थानिक स्वराज्य संस्था

१८) कोणत्या घटना दुरुस्तीने महाराष्ट्रात महानगरपालिका, नगरपालिका, छावणी बोर्ड, या शहरी भागासाठी स्थानिक स्वराज्य संस्था स्थापन केल्या गेल्या?

उत्तर: चौऱ्याहत्तरावी घटनादुरुस्तीने

१९) राज्यघटनेच्या कोणत्या भागामध्ये १८ विषय जे शहरी संस्थाकडे सोपवण्यात आलेले आहेत?

उत्तर: १२ व्या अनुसूची

२०) ...... च्या घटना दुरुस्तीने 'नियोजन व विकास समितीची' तरतूद केली आहे.

उत्तर: चौऱ्याहत्तराव्या

प्रकरण २

चौऱ्याहत्तरावी घटनादुरुस्ती आणि शहरी संस्था

(74th Constitutional Amendment and Urban Bodies)

अ) **नगरपरिषद** (Municipal Council)

ब) **महानगरपालिका** (Municipal Corporation)

क) **राज्यघटनेतील अनुसूची १२** (Schedule XII in Constitution)

अ) नगरपरिषद (Municipal Council)

नागरी शासनसंस्थातील महानगरपालिकेनंतर महत्त्वाची अशी दुसरी स्थानिक संस्था म्हणजे 'नगरपरिषद' किंवा 'नगरपालिका' होय. भारतात कोणतेही असे राज्य नाही की तेथे नगरपालिका नाही. नगरपरिषदेची निर्मिती संबंधित राज्याच्या नगरपरिषदा कायद्यातून होते. महाराष्ट्र सरकारने १९६५ साली महाराष्ट्र नगरपरिषद कायदा केला व त्यामध्ये १९९४ मध्ये काही बदल केले गेले, त्यानुसार महाराष्ट्रातील नगरपरिषदांचा कारभार चालतो. या कायद्याप्रमाणे २५ हजारांपेक्षा जास्त लोकसंख्या असलेल्या स्थानिक क्षेत्रांना 'नागरी क्षेत्र' म्हणतात.

प्रामुख्याने लोकसंख्या आणि उत्पन्न या दोन गोष्टींचा विचार नगरपरिषद स्थापन करताना केला जातो. मात्र, प्रत्येक राज्यात लोकसंख्या आणि उत्पन्न यांच्या अटी वेगवेगळ्या आहेत.

लोकसंख्येच्या प्रमाणानुसार नागरी क्षेत्राचे अ, ब, क अशा तीन गटांत वर्गीकरण केले जाते.

१) एक लाखांपेक्षा जास्त लोकसंख्या असलेले 'अ' वर्ग नागरी क्षेत्र.

२) चाळीस हजारांहून जास्त, पण एक लाखांपेक्षा कमी लोकसंख्या असलेले 'ब' वर्ग नागरी क्षेत्र.

३) चाळीस हजार किंवा त्यापेक्षा कमी लोकसंख्या असलेले ‘क’ वर्ग नागरी क्षेत्र.

वरीलप्रमाणे अ, ब आणि क दर्जाच्या नगरपरिषदा स्थापन करण्यात आल्या आहेत. डोंगरी भागात व थंड हवेच्या ठिकाणी लोकसंख्येची अट न घालता नगरपरिषद स्थापन करतात. त्यांना स्वतंत्र दर्जा असतो. उदा. पाचगणी, पन्हाळा.

नगरपरिषदेची रचना

नगरपरिषदेमध्ये निवडून आलेले, स्वीकृत व शासनाने नियुक्त केलेले सदस्य असतात.

वरील तीन प्रकारची सदस्यसंख्या लोकसंख्येच्या प्रमाणात राज्यशासन ठरविते; म्हणून प्रत्येक राज्यात सदस्यसंख्येत तफावत दिसून येते. अनुसूचित जाती, जमातींना त्यांच्या लोकसंख्येच्या प्रमाणात जागा राखीव केल्या जातात. महाराष्ट्र सरकारने स्थानिक स्वराज्य संस्थेत स्त्रियांसाठी ५० टक्के राखीव जागा ठेवल्या आहेत; इतर मागास वर्गासाठी २७ टक्के जागा राखीव असतात. महाराष्ट्रात नगरपरिषदांचे तीन वर्ग- अ, ब, क असे वर्ग केले असून सभासदसंख्या पुढीलप्रमाणे आहे-

नगरपरिषद किंवा नगरपालिका वर्गवारी

नगर परिषदेचा वर्ग	कमीतकमी संख्या	जास्तीतजास्त संख्या
अ	४०	६०
ब	३०	४०
क	२०	३०

सर्वसाधारणपणे सर्व राज्यात निर्वाचित सभासदांपैकी काही राखीव मतदारसंघातून निवडून आलेले असतात. नसल्यास त्यांना स्वीकृत सदस्य म्हणून घेतले जातात. यात नगरपालिकेच्या निवडणुकीमध्ये उमेदवार म्हणून ज्या व्यक्तीस उभे राहावयाचे असेल त्याचे नाव नगरपालिकेच्या मतदारयादीत असावे लागते. अशा प्रत्येक व्यक्तीला निवडणूक लढविण्यास अपात्र ठरविले नसेल तर ती व्यक्ती निवडणूक लढवू शकते. महानगरपालिकेप्रमाणेच नगरपालिकेतसुद्धा जेवढे सदस्य निवडून आणावयाचे आहेत, तेवढेच वॉर्ड करण्यात येतात. महाराष्ट्रामध्ये वॉर्ड निश्चित करण्याची जबाबदारी जिल्हाधिकाऱ्यावर आहे. प्रौढ मतदान पद्धतीद्वारे सदस्यांची निवड होते. नगरपरिषदेमध्ये निवडून आलेल्या सभासदांना ‘नगरसेवक’ म्हणतात.

महाराष्ट्रातील नगरपालिका

अ. क.	विभाग	क्षेत्रफळ	लोकसंख्या	जिल्हे	नगरपालिका
१	कोकण	३०७२८	२४८८३८३०	७	२२
२	नाशिक	५७४४०	१५७३६७८४	५	४०
३	पुणे	५७२७५	१९९९७७७८	५	५०
४	औरंगाबाद	६४८१३	१५६२९२४८	८	५०
५	अमरावती	४६०३५	९९४८३६६	५	४०
६	नागपूर	५१२८६	१०६८२६२१	६	३९
७	एकूण	३०७५७७	९६८७८६२७	३६	२४१

महाराष्ट्रामध्ये एकूण २४१ नगरपालिका आहेत. सर्वात जास्त नगरपालिका औरंगाबाद व पुणे विभागामध्ये आहेत. २४१ पैकी ५० नगरपालिका औरंगाबाद विभागामध्ये आहेत. पुणे विभागामध्ये ५० नगरपालिका आहेत. अमरावती ४०, नाशिक ४०, नागपूर ३९; तर कोकण विभागामध्ये २२ नगरपालिका आहेत. सर्वात कमी नगरपालिका कोकण विभागामध्ये आहेत.

कार्यकाल

महाराष्ट्रामध्ये नगरपरिषदेचा कार्यकाल ५ वर्षांचा आहे. राज्यसरकार तत्पूर्वी अध्यादेश काढून बरखास्त करू शकते किंवा त्यांच्या कार्यकालात वाढ करू शकते.

पदाधिकारी

नगरपालिकेच्या प्रमुखास 'अध्यक्ष' किंवा 'नगराध्यक्ष' म्हणतात. अध्यक्ष आणि उपाध्यक्षाची निवड नगरपालिकांच्या निर्वाचित सदस्यांकडून केली जात असे; म्हणजेच अप्रत्यक्ष पद्धतीद्वारे होत असे. परंतु १९७३ पासून अध्यक्षांची निवड लोकांकडून प्रत्यक्षपणे व उपाध्यक्षाची अध्यक्षाकडून करण्यास सुरुवात झाली. परंतु १९७८ पासून पुन्हा निवडून आलेल्या सदस्यांकडून अध्यक्षाची निवड होऊ लागली. ७४ व्या घटनादुरुस्तीनुसार अनुसूचित जाती, जमाती, इतर मागासवर्ग व महिला यांच्यासाठी नेमून दिलेल्या पद्धतीने नगराध्यक्ष पद क्रमशः राखून ठेवले जाते.

अध्यक्षांची कार्ये

१) नगराध्यक्ष हा शहराचा प्रथम नागरिक असतो. नगरपरिषदेच्या सभेचे अध्यक्षस्थान स्वीकारणे व कामकाज चालविणे.
२) नगरपरिषदेच्या आर्थिक व प्रशासकीय कार्यावर देखरेख आणि नियंत्रण ठेवणे.
३) नगरपरिषदेच्या अधिकाऱ्यांवर व सेवकांवर नियंत्रण ठेवणे.
४) नगरपरिषदेचे हिशेब व अभिलेख यावर देखरेख व नियंत्रण ठेवणे.
५) शासन व जिल्हाधिकारी यांना त्यांनी मागितलेली अहवाल पत्रे व अभिलेख सादर करणे.
६) संकटकालीन परिस्थितीमध्ये लोकांच्या सुरक्षिततेच्या दृष्टीने आवश्यक ती कामे करण्याचा आदेश देणे.

वरीलप्रमाणे नगरपरिषदेच्या अध्यक्षांची कार्ये व अधिकार आहेत.

नगरपालिकेच्या समित्या

महानगरपालिकेप्रमाणेच नगरपरिषदेतदेखील विविध समित्या असतात. एक स्थायी समिती व इतर पाच विषय समित्या असतात.

१) स्थायी समिती
२) सार्वजनिक बांधकाम समिती
३) शिक्षण समिती
४) सार्वजनिक आरोग्य समिती
५) पाणीपुरवठा व जलनि:सारण समिती
६) नियोजन आणि विकास समिती

नगरपरिषदेच्या या समित्या आपल्या खात्याबाबत योजना आखतात व त्याच्या अंमलबजावणीवर देखरेख ठेवतात. या समित्यांच्या कामामध्ये सुसूत्रता व निर्णयांची अंमलबजावणी करण्यासाठी स्थायी समिती कार्य करते. नगराध्यक्ष हा स्थायी समितीचा अध्यक्ष असतो. स्थायी समितीमध्ये पाच विषय समित्यांचे अध्यक्ष, सभासदांनी निवडलेले तीन सदस्य व नगराध्यक्ष असे नऊ सभासद असतात. एका सभासदाला केवळ दोन समित्यांचे सभासदत्व स्वीकारता येते. या समित्यांनी घेतलेल्या निर्णयांना सर्वसाधारण सभेची मान्यता आवश्यक असते. 'क'वर्ग नगरपरिषदांमध्ये स्थायी समितीतील सदस्यांची संख्या सर्वसाधारण सभा ठरविते व विषय समित्यादेखील गरजेनुसार निर्माण केल्या जातात.

मुख्याधिकारी

नगरपरिषदेच्या मुख्य प्रशासकीय अधिकाऱ्याला मुख्याधिकारी म्हटले जाते. राज्यशासन त्याची नेमणूक करते. नगर अभियंता, आरोग्याधिकारी, शिक्षणाधिकारी इत्यादींच्या मदतीने मुख्याधिकारी नगरपरिषदेचे निर्णय अमलात आणतो. नगरपरिषदेचे अंदाजपत्रक तयार करणे, हिशोब ठेवणे व कर्मचाऱ्यांवर नियंत्रण व देखरेख ठेवण्याचे महत्त्वपूर्ण कार्य मुख्याधिकारी पार पाडतो.

नगरपरिषदेच्या उत्पन्नाची साधने

आपले कामकाज स्वतंत्रपणे करता यावे म्हणून नगरपरिषदेला स्वतंत्र उत्पन्नाची सोय केलेली आहे. कर, सरकारी अनुदान व कर्जे या माध्यमातून तिला उत्पन्न मिळते.

अ) करांपासून मिळणारे उत्पन्न : नगरपरिषदेला जवळ जवळ ७५ टक्के उत्पन्न करांपासून मिळते.

१) नगरपरिषद क्षेत्रातील जमिनी व इमारतीवरील कर, आयात मालावरील कर, जकार कर.

२) व्यवसाय, व्यापार, नोकऱ्या यावरील कर.

३) नाट्यगृह, चित्रपटगृहांवरील कर.

४) जाहिरातींवरील कर.

५) मालमत्तेवरील कर. उदा.- पाणीपट्टी, दिवाबत्ती इत्यादी.

६) सांडपाणी कर, वाहनांवरील कर, दूध पुरवठ्यातून मिळणारा नफा किंवा फायदा, नाट्यगृहे, सभागृहे यांचे भाडे, पाणीपुरवठा कर; यात्रा कर इत्यादी.

ब) सरकारी अनुदान : आर्थिक साहाय्य, कर्मचाऱ्यांच्या वेतनासाठी मदत, सहेतूक अनुदान या स्वरूपाची अनुदाने राज्य सरकारकडून नगरपरिषदांना मिळतात.

वरील विविध मार्गांनी नगरपालिकेला उत्पन्न प्राप्त होते.

नगरपालिकेची कार्ये आणि अधिकार

नगरपालिकेची दोन प्रकारची कार्ये आहेत. ती पुढीलप्रमाणे आहेत -

अ) आवश्यक कार्ये (अनिवार्य कार्ये)

ब) ऐच्छिक कार्ये

अ) आवश्यक कार्ये

१) दिवाबत्तीची सोय करणे.

२) सार्वजनिक रस्तांची सफाई करणे.

३) जन्म-मृत्यू, विवाहनोंदणी करणे.
४) स्मशानभूमी, दफनभूमीची व्यवस्था करणे.
५) रोगप्रतिबंधक लस टोचण्याची व्यवस्था करणे.
६) साथीच्या रोगाचे नियंत्रण करणे.
७) सार्वजनिक दवाखाने बांधून लोकांना वैद्यकीय मदत देण्याचा प्रयत्न करणे.
८) शहरातील घाण, कचरा, सांडपाणी, यांची विल्हेवाट लावण्याची व्यवस्था करणे.
९) पिण्याच्या पाण्याची व्यवस्था करणे व त्याच्या पुरवठ्यांची योजना करून पाणी उपलब्ध करून देणे.
१०) करसंकलन करणे.
११) प्राथमिक शिक्षणाची व्यवस्था करणे.

ब) ऐच्छिक कार्ये

१) सार्वजनिक रुग्णालय बांधणे.
२) प्राथमिक व माध्यमिक या शिक्षणाची सोय करणे.
३) ग्रंथालय, वस्तुसंग्रहालय, व्यायामशाळा, आखाडे बांधणे.
४) धर्मशाळा, खुली नाट्यगृहे, प्रेक्षागृहे, विश्रामगृहे बांधणे.
५) सार्वजनिक बागा, बगिचा यांची व्यवस्था करणे.
६) गॅस, दूध, वीजपुरवठा करणे.
७) शहर वाहतूक व्यवस्था ठेवणे.
८) गरीब लोकांसाठी घरे बांधून देणे आणि कमी भाडे आकारणे.

वरीलप्रमाणे नगरपालिकेची कार्ये आहेत.

सारांश

नगरपरिषद हा स्थानिक शासनाचा शहरी भागातील एक महत्त्वपूर्ण स्तर आहे. अ, ब व क वर्ग अशा तीन प्रकारे नगरपरिषदांचे वर्गीकरण केले जाते. शहराच्या विकासात नगरपरिषदेची भूमिका महत्त्वाची असते. अशा प्रकारे नगरपरिषदेची रचना, अधिकार व कार्ये सांगता येतात.

ब) महानगरपालिका (Municipal Corporation)

शहरी प्रशासनव्यवस्थेतील सर्वोच्च संस्था म्हणजे महानगरपालिका होय. मोठ्या शहरात आणि मुख्यतः राजधानीच्या ठिकाणी शहरी प्रशासनासाठी महानगरपालिका स्थापन केल्या जातात. भारतात ब्रिटिश कालखंडामध्ये १९व्या शतकात

महानगरपालिकांची प्रथम स्थापना झाली. मुंबई (१८८८), कोलकाता (१८६३), मद्रास (१८६७) येथेच फक्त महानगरपालिका होत्या. त्यानंतरच्या काळात पुणे, नागपूर, जबलपूर, हैदराबाद, अहमदाबाद इत्यादी अनेक शहरात स्थापन झालेल्या आहेत. साधारणतः ५ लाख लोकसंख्या असणाऱ्या शहरात महानगरपालिका स्थापन करण्यात येते. ज्या शहराचे उत्पन्न कमीत कमी वार्षिक २ कोटी रुपये आहे. त्याच ठिकाणी महानगरपालिका स्थापन केली जाते. राज्यविधिमंडळाने केलेल्या कायद्यानुसार महानगरपालिकेची स्थापना होते.

महानगरपालिका स्थापनेच्या अटी

१) **शहरी लोकसंख्या आणि उत्पन्न** : ज्या शहराची लोकसंख्या ५ लाख आहे व उत्पन्न २ कोटी रुपयांपेक्षा अधिक आहे.

२) **आर्थिक स्थिती** : लोकसंख्या आणि उत्पन्न अटी बाजूला सारूनसुद्धा महानगरपालिका स्थापन केली जाऊ शकते. मात्र, अशा शहराची जी नगरपरिषद असेल तिची आर्थिक स्थिती समाधानकारक असेल व तिथल्या नागरिकांना त्या बाबतीत उत्साह असेल आणि पुढील काळात वाढते कर स्वीकारायची तयारी असेल तर महानगरपालिका निर्माण केली जाते.

३) **वरील दोन्ही अटींपेक्षा महत्त्वाचा भाग :** वरील दोन्ही अटींपैकी महत्त्वाचा भाग असा की, महानगरपालिका निर्माण करण्याचा अंतिम अधिकार राज्य सरकारचा आहे. राज्य सरकारच्या इच्छेनुसार महानगरपालिका स्थापन केली जाते.

महानगरपालिकेची रचना

महानगराच्या प्रातिनिधिक संस्थेला 'महानगरपालिका' म्हणतात. महानगरपालिकेची एक विधी सभा असते की ज्यामध्ये शहरातील नागरिकांमार्फत प्रौढ मतदान पद्धतीने प्रत्येक वॉर्डमधून जे सदस्य निवडून जातात त्यांना 'नगरसेवक' म्हणतात. जनतेने प्रत्यक्षपणे निवडून दिलेले सभासद महानगरपालिकेत असतात. लोकसंख्येनुसार महानगरपालिकेचे चार गट तयार केले जातात. त्यानुसार सदस्यांची संख्या कायद्याने निश्चित केली जाते. कमीतकमी ६५ व जास्तीतजास्त २२१ महापालिकेची सदस्यसंख्या असते. तसेच काही तज्ज्ञांची नियुक्ती महापालिका करते. अनुसूचित जाती, जमाती, इतर मागास वर्ग यांच्यासाठी त्यांच्या लोकसंख्येच्या प्रमाणात जागा राखीव असतात. महिलांसाठी ५० टक्के जागा राखीव आहेत.

महाराष्ट्रातील महानगरपालिका

अ. क.	विभाग	क्षेत्रफळ	लोकसंख्या	जिल्हे	महानगरपालिका
१	कोकण	३०७२८	२४८८३८३०	७	९
२	नाशिक	५७४४०	१५७३६७८४	५	५
३	पुणे	५७२७५	१९९९७७७८	५	५
४	औरंगाबाद	६४८१३	१५६२९२४८	८	४
५	अमरावती	४६०३५	९९४८३६६	५	२
६	नागपूर	५१२८६	१०६८२६२१	६	२
७	एकूण	३०७५७७	९६८७८६२७	३६	२७

महाराष्ट्रामध्ये एकूण महानगरपालिकांची संख्या २७ आहे. कोकण, नाशिक, पुणे, औरंगाबाद, अमरावती व नागपूर असे प्रशासकीयदृष्ट्या महाराष्ट्राचे सहा विभागांमध्ये वर्गीकरण केले जाते. या सहा विभागांमध्ये सर्वात जास्त जिल्हे औरंगाबाद विभागामध्ये आहेत. त्यानंतर कोकण, नागपूर विभागामध्ये आहेत. परंतु सर्वात जास्त महानगरपालिका कोकण विभागामध्ये आहेत. महाराष्ट्रातील एकूण २७ महानगरपालिकांपैकी ०९ महानगरपालिका एकट्या कोकण विभागात आहेत. मुंबई व मुंबई उपनगर, ठाणे या शहरी भागांचा यामध्ये समावेश होत असल्याने येथे शहरी लोकसंख्या सर्वाधिक असल्याने जास्त महानगरपालिका आहेत. त्यानंतर नाशिक व पुणे विभागामध्ये प्रत्येकी ५ महानगरपालिका आहेत. औरंगाबाद विभागामध्ये ४ महानगरपालिका आहेत, तर अमरावती व नागपूर विभागामध्ये प्रत्येकी २ महानगरपालिका आहेत.

महानगरपालिकेचा कार्यकाल

महानगरपालिकेचा कार्यकाल प्रत्येक शहरासाठी वेगवेगळा आहे. उदा.- मद्रास, बंगळुरू येथील महानगरपालिकेचा कार्यकाल तीन वर्षांचा आहे. पाटना व दिल्ली चार वर्षे; महाराष्ट्रातील महापालिकांचा कार्यकाल ५ वर्षांचा आहे. थोडक्यात, तीन ते पाच वर्षे असा कालावधी असू शकतो.

पदाधिकारी

महानगरपालिकेच्या अध्यक्षास 'महापौर' आणि उपाध्यक्षास 'उपमहापौर' असे म्हणतात. महापौर शहराचा प्रथम नागरिक असतो व तो विधीसभेचा अध्यक्ष असतो,

त्याची निवड महानगरपालिकेतील विधीसभेकडून होते. चौऱ्याहत्तराव्या घटनादुरुस्तीनुसार अनुसूचित जाती-जमाती, इतर मागास वर्ग व स्त्रिया यांच्यासाठी नेमून दिलेल्या पद्धतीने महापौर व उपमहापौर क्रमश: राखीव असतो.

कार्यकाल

महापौरांचा कार्यकाल फक्त अडीच वर्षांचा असतो. अधिकाराच्या दृष्टीने विचार केला तर त्याला विशेष अधिकार नसतात. मात्र, सन्मानाच्या दृष्टिकोनातून हे पद मोठे आहे. उपमहापौर महापौराच्या अनुपस्थितीतील त्यांचे काम पाहतो.

कार्ये व अधिकार

१) महानगरपालिकेच्या बैठकीचे अध्यक्षस्थान स्वीकारून सभेचे संचालन करणे, महापालिकेच्या बैठकी आमंत्रित करणे, महानगरपालिकेची तातडीची बैठक बोलावणे हा अधिकार महापौरांना आहे.

२) एखाद्या सदस्यास ठराव मांडण्यास महापौर 'नकार' देऊ शकतात. त्यांचा निर्णय अंतिम असतो.

३) महानगरपालिकेच्या प्रशासनाच्या संदर्भातील सर्व कागदपत्रे महापौर पाहू शकतात व काही माहिती हवी असल्यास नगर आयुक्तास तशी आज्ञा करू शकतात.

४) ज्या कायद्याने महानगरपालिकेची निर्मिती होते; त्याच कायद्यानुसार विशेष परिस्थितीत एखाद्या कायद्याची अंमलबजावणी स्थगित करण्याचा, एखादे कार्य बंद करण्याचा किंवा एखादा नियम न लागू करण्याचा अधिकार महापौरास आहे.

महापौर परिषद (Mayor-in-Council)

नागपूर व मुंबई महानगरपालिकेत महापौर परिषद ही संकल्पना स्वीकारण्यात आली आहे. नागपूरमध्ये १९९७ साली तर मुंबईमध्ये १९९८ साली महापौर परिषदेची स्थापना करण्यात आली. महापौर परिषदेच्या स्थापनेमुळे महापौर पद केवळ सन्मानाचे राहिले नसून; त्याला विशेष असे कार्यकारी अधिकार प्राप्त झालेले आहेत. महापौर परिषदेच्या स्थापनेमुळे नागपूर व मुंबई महानगरपालिकेच्या प्रशासनात जे बदल घडून आले ते अत्यंत महत्त्वपूर्ण आहेत. ते बदल खालीलप्रमाणे-

१) महानगरपालिका अधिनियमातील तरतुदींची अंमलबजावणी करण्याचे अधिकार महापौर परिषद, महापौर, विभागीय स्थायी समित्या यांना मिळाले आहेत.

२) सनदी अधिकाऱ्यांचे अधिकार महापौर परिषदेच्या स्थापनेमुळे महापौरांना व

महापौर परिषदेला मिळाले आहेत.

३) महापौर परिषदेतील सदस्यांची नेमणूक करण्याबरोबरच त्याच्याकडे प्रशासनाचे कोणते विषय असावेत हे महापौर ठरवितो.

४) महापौर परिषद ही महापालिकेला जबाबदार राहून कार्य करते. महापौर परिषदेला तिच्या कार्यामध्ये मदत करण्यासाठी १२ विभागीय स्थायी समित्या निर्माण करण्यात आल्या आहेत. लेखा समिती सोडून इतर सर्व समित्यांमध्ये १६ सदस्य असतात. त्याची निवड पक्ष सदस्यसंख्येनुसार होते. महापौर पदसिद्ध अध्यक्ष असतात. या समित्यांमुळे महापौर व महापौरपरिषदेकडे अधिकारांचे केंद्रीकरण होत नाही, त्याच्यावर समित्यांचे नियंत्रण राहते.

महापौर परिषदेवर समित्यांच्या नियंत्रणाबरोबरच विरोधी पक्षाचेदेखील नियंत्रण राहते. लेखा समितीचे अध्यक्ष हे विरोधी पक्षनेते असतात. लेखा परीक्षकाचा अहवाल तपासण्यापासून ते कोणत्याही अधिकाऱ्याकडून माहिती घेण्याचा अधिकार लेखा समितीला असल्याकारणाने महापौर परिषदेवर तिचे प्रभावी नियंत्रण येते.

पूर्वी आयुक्ताचे अधिकार महापौर परिषदेला मिळाले असले तरीसुद्धा आयुक्तदेखील महापौर परिषदेवर नियंत्रण ठेवतात. शासनाच्या ध्येयधोरणाविरोधी किंवा जनकल्याणाच्या विरोधी कृती महापौर परिषदेने केली, तर त्यासंबंधीचा अहवाल आयुक्त राज्यशासनाला पाठवू शकतात.

विभागीय स्थायी समित्यांच्या बैठकांना नागरिक व पत्रकारदेखील उपस्थित राहू शकतात. यामुळे कारभारामध्ये पारदर्शकता येते. महापौर परिषदेला शहरी प्रशासनाची जबाबदारी कार्यक्षमतेने पार पाडावी लागते. लोकांच्या समस्या जलद गतीने सोडवाव्या लागतात. तसेच कार्यक्षमपणे नागरी सुविधा लोकांना पुरविण्याच्या दृष्टीने महापौर परिषदेची भूमिका महत्त्वपूर्ण ठरते.

महानगरपालिका आयुक्त (कमिशनर)

'आयुक्त' हा महानगरपालिकेचा केंद्रबिंदू असतो. तो महानगरपालिकेचा प्रमुख प्रशासक असतो. त्याच्या नेतृत्वाखाली महानगरपालिकेचा संपूर्ण कारभार चालतो. त्याच्यावर विधीसभा, महापौर आणि स्थायी समिती यांचे नियंत्रण असते. आयुक्ताला त्याचे अधिकार महानगरपालिकानिर्मिती कायद्यानुसार प्राप्त होतात. भारतीय प्रशासन सेवेतील अधिकाऱ्यांची आयुक्तपदी तीन वर्षांच्या काळासाठी नियुक्ती राज्य सरकार करते. कालावधी संपल्यानंतर राज्य सरकार त्याची फेरनियुक्ती करू शकते. कालावधी संपण्याअगोदर बदलीदेखील करू शकते.

आयुक्तांचा कार्यकाल

राज्य सरकारकडून आयुक्तांची नेमणूक महानगरपालिकेमध्ये कमीतकमी ३ वर्षे व जास्तीतजास्त ५ वर्षांसाठी केली जाते. महापालिकेला आयुक्तांना बडतर्फ करता येत नाही. राज्य सरकार आयुक्तांना परत बोलवू शकते.

आयुक्ताची कार्ये आणि अधिकार

१) महानगरपालिकेचे धोरण ठरविणे आणि त्याची अंमलबजावणी करणे.

२) महापालिकेच्या सभेत महापौरांना मदत करणे.

३) दैनंदिन कामकाज पाहणे. अंदाजपत्रक तयार करणे. अडीअडचणीच्या प्रसंगी त्वरित उपाययोजना करणे.

४) महापालिकेच्या वतीने करार करणे, स्थायी समितीला या कराराची माहिती देणे.

५) महानगरपालिकेमध्ये वेगवेगळ्या विभागात आवश्यक असणाऱ्या कर्मचाऱ्यांची नेमणूक करणे; तसेच कर्मचाऱ्यांवर नियंत्रण ठेवणे.

६) महानगर आयुक्तास महानगरपालिकेच्या सभेत बोलण्याचा अधिकार असतो. मात्र त्यांना मतदानात भाग घेता येत नाही.

७) नगरसेवकांना महापालिकेच्या कामकाजासंबंधी माहिती देणे.

महानगरापालिकेचे काम अत्यंत गुंतागुंतीचे व महत्त्वपूर्ण असल्याने प्रशासनाचा दीर्घ अनुभव व सखोल ज्ञान असणाऱ्या व्यक्तीवरच अशी जबाबदारी सोपविली जाते. कारण महानगरपालिकेत निवडून आलेल्या सदस्यांना प्रशासनाचे ज्ञान असतेच असे नाही. या दृष्टीने आयुक्त हा सनदी सेवेतील अधिकारी निवडला जातो व तो प्रशासकीय निर्णय घेतो आणि महानगरपालिकेचे कामकाज चालवितो. थोडक्यात, महानगरपालिकेत प्रशासकीयदृष्ट्या आयुक्ताचे स्थान महत्त्वपूर्ण व वैशिष्ट्यपूर्ण असते. त्याला मदत करण्यासाठी चार उपआयुक्त राज्य सरकार नेमते. संपूर्ण प्रशासनाचे विभाजन दहा प्रशासकीय खात्यांमध्ये करण्यात आलेले असते, तसेच वॉर्ड अधिकारीदेखील नेमलेले असतात. या सर्वांच्या साहाय्याने आयुक्त प्रशासकीय कार्य करतो.

महानगरपालिकेच्या उत्पन्नाची साधने

करापासून उत्पन्न	संपत्ती व उपक्रमांपासून उत्पन्न	आर्थिक सहाय्य	कर्ज

महानगरपालिकेला कार्ये पार पाडण्यासाठी आर्थिक मदतीची गरज असते. म्हणून चार मार्गांद्वारे महानगरपालिकेला उत्पन्न मिळते.

१) **करापासून उत्पन्न :** संपत्तीवरील कर, फायर टॅक्स, पाणीपट्टी, वाहनांवरील कर, शहर सुधारणा कर, करमणूक कर, जकात कर.

२) **संपत्ती व उपक्रमांपासून उत्पन्न :** महापालिकेची संपत्ती व उपक्रमांपासून महापालिकेला उत्पन्न मिळते.

३) **सरकारकडून मिळणारी आर्थिक मदत :** लोकहिताची कार्ये करण्यासाठी महानगरपालिकेला राज्य सरकारकडून काही आर्थिक मदत मिळते, त्यास अनुदान म्हणतात. उदाहरणार्थ- शिक्षण किंवा आरोग्यविषयक अनुदान, तसेच अस्थापन अनुदानही मिळते.

४) **कर्ज :** सार्वजनिक हिताच्या योजना पार पाडण्यासाठी फार मोठा खर्च करावा लागतो. अशा खर्चासाठी सरकारच्या संमतीने कर्जे उभारण्याचा अधिकार महानगरपालिकेला असतो.

वरील विविध मार्गांनी महानगरपालिकेला उत्पन्न प्राप्त होते.

महानगरपालिकेची कार्ये व अधिकार

महानगरपालिकेची दोन प्रकारची कार्ये असतात-

अ) आवश्यक कार्ये

ब) ऐच्छिक कार्ये

अ) आवश्यक कार्ये

जी कार्ये आवश्यक किंवा सक्तीची असतात, त्यांचा समावेश आवश्यक कार्यात केला जातो.

१) पिण्याच्या पाण्याची सोय करणे; त्यासाठी आवश्यक पाणी साठविण्याची व्यवस्था करून ते नागरिकांना उपलब्ध करून देणे.

२) विद्युतपुरवठा करणे.

३) वाहतुकीची म्हणजेच परिवहनाची व्यवस्था करणे.

४) रस्तेबांधणी, विस्तार, त्यांची व्यवस्था व डागडुजी करणे, रस्त्यावर दिवाबत्तीची व्यवस्था करणे.
५) शहर स्वच्छता, साफसफाई, सांडपाण्याचा निचरा होण्याची व्यवस्था करणे.
६) मोडकळीस आलेल्या धोकादायक घरापासून नागरिकांचे रक्षण करणे.
७) वाहतुकीतील अडथळे दूर करणे.
८) नागरिकांच्या आरोग्यसेवेसाठी रुग्णालय, दवाखाने व प्रसूतिगृहांची व्यवस्था करणे.
९) साथीच्या रोगांपासून बचाव व प्रतिबंधात्मक उपाययोजना करणे.
१०) रोगप्रतिबंधक लस टोचण्याची सोय करणे.
११) जन्म-मृत्यूची नोंद ठेवणे. अंत्यसंस्कारासाठी स्मशानभूमी व दफनभूमीची व्यवस्था करणे.
१२) आगप्रतिबंधक उपाययोजना व अग्निशामक दलाची व्यवस्था करणे.
१३) प्राथमिक शिक्षणाची सोय करणे.
१४) खाद्यपदार्थ विक्री, खानावळी, भोजनगृहे यावर नियंत्रण ठेवून आरोग्यास अपायकारक वस्तू नष्ट करणे.
१५) घरांना क्रमांक देणे.
१६) सार्वजनिक बाजारपेठा उभारणे.
१७) आपल्या कार्याचा वार्षिक अहवाल प्रसिद्ध करणे.

ब) ऐच्छिक कार्ये

१) बागबगिचे तयार करणे.
२) ग्रंथालय, वस्तूसंग्रहालय, सिनेमा, नाट्यगृहे, तालीम, स्टेडियम इत्यादींची बांधकामाची कामे हाती घेणे.
३) घरटंचाई दूर व्हावी म्हणून कनिष्ठ वर्गासाठी कमी भाडे आकारलेली घरे बांधणे.
४) रस्ताच्या दोन्ही बाजूस व इतरत्र वृक्षारोपण करणे, झाडांचे संरक्षण करणे.
५) मोकाट जनावरांचा बंदोबस्त करणे.
६) निराधार, निराश्रित, अपंग लोकांना मदत करणे.
७) करमणुकीची साधने उपलब्ध करून देणे.
८) महत्त्वाच्या व्यक्तींची सन्मानपूर्वक व्यवस्था ठेवणे.
९) विवाहाची नोंद ठेवणे.
१०) शहरातील इमारतीची व मोकळ्या जागेची पाहणी करून त्यांची मोजदाद ठेवणे.

११) जत्रा व प्रदर्शने आयोजित करण्यासाठी व्यवस्था करणे.
१२) सार्वजनिक वाचनालयांची स्थापना करणे.
१३) माध्यमिक व उच्च माध्यमिक शिक्षणाची व्यवस्था करणे.
१४) वीज व स्वयंपाकाचा गॅस यांचा पुरवठा करणे.

वरील दोन प्रकारची कार्ये महानगरपालिकेला करावी लागतात.

महापालिकेच्या समित्या : वैधानिक व अवैधानिक अशा दोन प्रकारच्या समित्यांच्या माध्यमातून महापालिका कार्य करते.

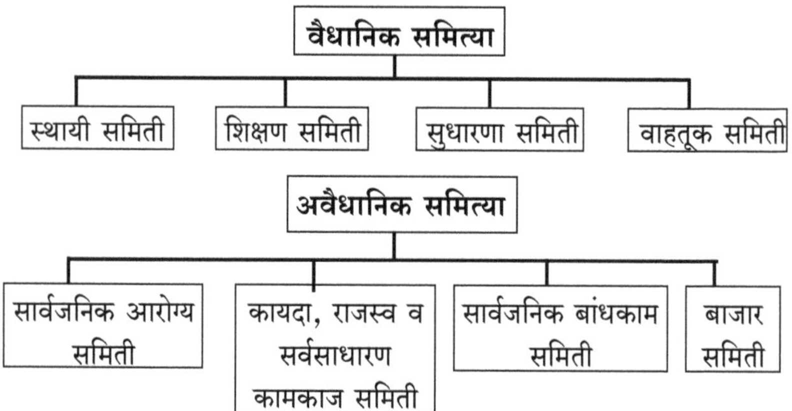

वरील यासर्व समित्यांमध्ये महानगरपालिकेची स्थायी समिती सर्वांत महत्त्वपूर्ण आहे.

१) स्थायी समिती

महाराष्ट्र, महानगरपालिका कायद्यातील कलम २० नुसार स्थायी समिती निर्माण केली जाते. महानगरपालिका सदस्यांमधून स्थायी समिती अस्तित्वात येते. स्थायी समितीला महानगरपालिकेत महत्त्वाचे स्थान आहे; कारण या समितीकडे प्रशासकीय, कार्यकारी अधिकार आणि सत्ता असते. ही समिती आर्थिक व्यवस्थेवर देखरेख ठेवते. कर्मचाऱ्याची नियुक्ती करते. थोडक्यात, ही समिती महानगरपालिकेची मार्गदर्शक समिती म्हणून कार्य करते. महानगरपालिकेत जी तीन सत्ताकेंद्रे आहेत ती म्हणजे आयुक्त, महानगरपालिकेची विधीसभा व स्थायी समिती होय.

रचना

स्थायी समितीत १२ ते १६ सदस्य असतात. त्यांची निवड विधीसभेच्या सर्व

सदस्यांच्या बैठकीत केली जाते. प्रमाणशीर मतदानपद्धतीने त्यांची निवड एक वर्षासाठी होते. त्यातील निम्मे सदस्य दर वर्षी निवृत्त होतात; आणि तितकेच निवडले जातात. निवृत्त सदस्यांना लगेच निवडणुकीसाठी उभे राहता येते. शिक्षण समितीचा सभापती या समितीचा पदसिद्ध सदस्य असतो. जो सातत्याने दोन महिने किंवा कारण न देता चार महिने गैरहजर असतो, त्याचे समिती सदस्यत्व रद्द होते.

अध्यक्ष

स्थायी समितीचे सदस्य आपल्यातूनच एकाची एक वर्षासाठी अध्यक्ष म्हणून निवड करतात. महानगरपालिकेत स्थायी समितीच्या अध्यक्षाचे स्थान अत्यंत महत्त्वाचे असते; कारण ते राजकीयदृष्ट्या महत्त्वाचे मानले जाते.

कार्ये

महानगरपालिकेची निर्मिती ज्या कायद्यानुसार होते; त्याच कायद्यात या समितीची कार्ये स्पष्ट केलेली असतात, ती पुढीलप्रमाणे आहेत–

१) स्थायी समिती

स्थायी समितीचे प्रमुख कार्य म्हणजे महानगरपालिकेच्या प्रशासनावर आणि आयुक्तांच्या कामकाजावर देखरेख ठेवणे. महानगरपालिकेचा अहवाल आयुक्त स्थायी समितीला सादर करतात. थोडक्यात, महानगरपालिकेची कार्यकारिणी म्हणून स्थायी समिती कार्य करते. या समितीकडे प्रशासकीय, वैधानिक, पर्यवेक्षण आणि सेवक वर्ग नियंत्रण या संदर्भातील सर्व सत्ता असतात. या दृष्टीने स्थायी समितीचे महत्त्व आहे.

२) शिक्षण समिती

शहरी भागामध्ये शिक्षणाची सुविधा उपलब्ध करून देणे, त्याचबरोबर शिक्षणाचा प्रसार करणे ही जबाबदारी महानगरपालिकेच्या शिक्षण समितीची असते. शिक्षण समितीच्या सदस्यांची संख्या १६ असते. त्यातील १२ सदस्य महानगरपालिकेचे सदस्य असतात व उर्वरित ४ सदस्य नागरिकांमधून नियुक्त केले जातात. शिक्षण समितीचे सदस्य आपल्यामधून एकाची अध्यक्ष म्हणून एक वर्षासाठी निवड करतात. दरवर्षी समितीचे निम्मे सभासद निवृत्त होतात व त्याजागी तेवढेच नवीन सदस्य घेतले जातात. साधारणत: महिन्यातून दोनदा समितीच्या बैठका होतात. महानगरपालिका क्षेत्रातील शाळांचे व्यवस्थापन व नियंत्रण ही समिती करते. शिक्षण समिती महानगरपालिकेची विशेष समिती म्हणून कार्य करते.

३) सुधारणा समिती

शहर सुधारणा समिती किंवा शहर विकास योजना समिती ही समिती महानगरपालिकेची एक महत्त्वाची समिती असते. सर्वांत प्रथम मुंबई महानगरपालिकेत ती स्थापन करण्यात आली होती. या समितीची सदस्यसंख्या १६ असते. सदस्यांमधून समितीचा अध्यक्ष निवडला जातो. दरवर्षी समितीचे निम्मे सदस्य निवृत्त होतात व त्याजागी नव्याने तेवढेच घेतले जातात. महिन्यातून एकदा समितीची बैठक होते. नगर विकास योजनांची चर्चा या समितीत केली जात असल्याने महानगरपालिकेचे आयुक्त, उपायुक्त या समितीच्या बैठकांना हजर राहतात. केंद्र शासनाने नेमलेल्या शहर विकास व नियोजन अभ्यासगटाच्या अहवालामध्ये शहर नियोजन प्रक्रियेस महत्त्व दिलेले असल्याने या समितीच्या कामाला महत्त्व प्राप्त झाले आहे.

४) वाहतूक समिती

महानगरपालिका कायद्यानुसार महापालिकेने वाहतूक उद्योग व्यवस्थापन चालविण्याची जबाबदारी घेतली असेल किंवा वाहतूक व्यवसाय सुरू केला असेल; तर त्याचे व्यवस्थापन व नियंत्रण करण्यासाठी वाहतूक समिती निर्माण केली जाते. निवडणुकीनंतरच्या पहिल्या सभेमध्ये ही समिती तयार केली जाते. त्यामध्ये नऊ सदस्य असतात. प्रशासन, परिवहन, अभियांत्रिकी, वीजपुरवठा, उद्योग, वित्त, व्यापार क्षेत्रातील तज्ज्ञ असणाऱ्यांची सदस्य म्हणून नेमणूक होते. एक सदस्य हा महानगरपालिकेचा सदस्य असतो. दर दोन वर्षांनी निम्मे सदस्य निवृत्त होतात व त्याजागी तेवढेच सदस्य नव्याने घेतले जातात. सदस्य आपल्यामधून एकाची अध्यक्ष म्हणून निवड करतात. वाहतूक समिती आवश्यकतेनुसार विशेष समित्या – उपसमित्या नियुक्त करते. त्याच्या अहवालावर चर्चा केली जाते व त्यानंतर निर्णय घेतला जातो. महिन्यातून दोनदा समितीच्या बैठका होतात.

सारांश

नागरी स्थानिक स्वराज्य संस्थेमध्ये महानगरपालिका ही संस्था महत्त्वाची आहे. मोठी लोकसंख्या असलेल्या शहरासाठी महानगरपालिका कार्य करीत असल्याने तिची भूमिका महत्त्वपूर्ण ठरते. आज शहरी लोकसंख्या सतत वाढत असल्याने महानगरपालिकेला या सर्वांना सेवा पुरवाव्या लागतात. महानगरपालिकेला स्वतंत्र उत्पन्नाची साधने व अधिकार असल्यामुळे महानगरपालिका प्रभावीपणे कार्य करू शकते. संपूर्ण शहराच्या विकासामध्ये महानगरपालिकेची भूमिका महत्त्वपूर्ण ठरते.

महाराष्ट्रातील महानगरपालिका

अ.क्र.	विभाग	स्थापना	महानगरपालिका
१)	कोकण	१८८८	बृहमंबई
२)	कोकण	१९८२	ठाणे
३)	कोकण	१९९२	नवी मुंबई
४)	कोकण	१९८२	कल्याण - डोंबिवली
५)	कोकण	१९६०	उल्हासनगर
६)	कोकण	१९८५	भिवंडी - निजामपूर
७)	कोकण	१८५२	पनवेल
८)	कोकण	१९८५	मिरा -भाईंदर
९)	कोकण	२००९	वसई - विरार
१०)	नाशिक	१९९२	नाशिक
११)	नाशिक	-	मालेगाव
१२)	नाशिक	२००३	धुळे
१३)	नाशिक	२००३	जळगाव
१४)	नाशिक	२००३	अहमदनगर
१५)	पुणे	१९५०	पुणे
१६)	पुणे	१९८२	पिंपरी - चिंचवड
१७)	पुणे	१९९८	सांगली - मिरज - कुपवाड
१८)	पुणे	१९६३	सोलापूर
१९)	पुणे	१९७२	कोल्हापूर
२०)	औरंगाबाद	१९८२	औरंगाबाद
२१)	औरंगाबाद	२०१२	परभणी
२२)	औरंगाबाद	१९९७	नांदेड - वाघेला
२३)	औरंगाबाद	२०११	लातूर
२४)	अमरावती	१९८३	अमरावती
२५)	अमरावती	२००३	अकोला
२६)	नागपूर	१८६४	नागपूर
२७)	नागपूर	२००२	चंद्रपूर

क) राज्यघटनेतील अनुसूची १२

(Schedule XII in Constitution)

उद्दिष्टे व कारणे

भारतातील बहुतांश घटक राज्यांमध्ये स्थानिक स्वराज्य संस्थांच्या निवडणुका वेळेवर न होणे, दिर्घकाळ चाललेले अधिवेशने आणि अधिकार व कार्ये याची अपुरी पडताळणी या व अशा अनेक कारणांमुळे स्थानिक स्वराज्य संस्था कमकुवत व कुचकामी ठरल्या. याचा परिणाम म्हणून शहरी स्थानिक स्वराज्य संस्था स्वशासनाच्या दोलायमान लोकशाही युनिटस म्हणून प्रभावीपणे कामगिरी करण्यास सक्षम नाहीत.

या कमतरते संदर्भात किंवा अपूर्णते संदर्भात शहरी स्थानिक स्वराज्य संस्थांशी संबंधित तरतुदी राज्यघटनेमध्ये समाविष्ट केल्या गेल्या पाहिजेत. कारण

अ) राज्य सरकार व शहरी स्थानिक संस्था यांच्यातील संबंध दृढ करणे.

१) कार्ये आणि कराची सत्ता आणि

२) महसूल वाटपाची व्यवस्था, निवडणुकांचे नियमित आयोजन सुनिश्चित करणे, अधिवेशनाच्या बाबतीत वेळेवर निवडणुका सुनिश्चित करणे आणि अनुसूचित जाती, अनुसूचित-जमाती, महिला आणि दुर्बल घटकांना पुरेसे प्रतिनिधित्व प्रदान करणे.

३) यानुसार राज्यघटनेतील शहरी स्थानिक संस्था संबंधित नवीन भाग जोडण्यासाठी प्रस्तावित आहे.

तीन प्रकारच्या नगर पालिकांची स्थापना

अ) ग्रामीण भागातून शहरी भागात बदलण्यासाठी असलेल्या नगर पंचायती

ब) लहान शहरी भागासाठी नगर परिषद

क) मोठ्या शहरी भागांसाठी महानगरपालिका.

याबाबत विधेयक लोकसभा व राज्यसभा यांनी डिसेंबर १९९२ मध्ये संमत केले. या विधेयकाला आवश्यक तितक्या राज्य सरकारांशी संमती दिली. एप्रिल १९९३ मध्ये राष्ट्रपतींनी याविधेयकाला मान्यता दिली. संक्रमणीय क्षेत्र, छोटे, नागरी क्षेत्र, मोठे नागरी क्षेत्र म्हणजे खालील घटक विचारात घेऊन राज्यपालांनी सार्वजनिक सुचनेन्वये सूचीत केलेले क्षेत्र समाविष्ट आहेत.

१) क्षेत्राची लोकसंख्या

२) दाट लोकसंख्येचे प्रमाण

३) स्थानिक प्रशासनासाठी उभारलेला महसूल

४) कृषी अतिरिक्त इतर रोजगारीचे प्रमाण

५) आर्थिक महत्त्व किंवा राज्यपाल ठरवितील ते इतर घटक.

१९९२ मध्ये ७४ वी घटना दुरुस्ती करण्यात आली. यानुसार भारतीय राज्यघटनेत नवीन भाग ९-ए चा समावेश करण्यात आला. ७४ वी घटना दुरुस्ती शहरी स्थानिक स्वराज्य संस्थांशी संबंधित आहे. 'नगरपालिका' असे याचे शीर्षक उपकलम २४३ पी ते कलम २४३ झेड जी आहेत. ७४ व्या घटना दुरुस्तीने नगरपालिकांना घटनात्मक दर्जा देण्यात येऊन घटनात्मक न्याय कक्षेत आणण्यात आले. या कायद्याच्या तरतुदीनुसार नगरपालिकांची नवीन प्रणाली स्विकारणे राज्य सरकारांवर घटनात्मक दृष्ट्या बंधनकारक आहे. स्थानिक सरकारचे एकक म्हणून प्रभावीपणे कार्य करण्याच्या उद्देशाने शहरी स्थानिक संस्थांना पुनरुज्जीवित करून सामर्थ्यवान बनविणे हे या ७४ व्या घटना दुरुस्तीचे उद्दिष्टे आहे.

७४ व्या घटना दुरुस्तीने राज्यघटनेत नव्याने अनुसूची १२ चा समावेश करण्यात आला. अनुसूची १२ हे कलम २४३-डब्ल्यूशी संबंधित आहे. यामध्ये एकूण १८ कार्यकारी विषय दिलेले आहेत. या १८ कार्यकारी विषय शहरी स्थानिक स्वराज्य संस्थांशी संबंधित आहेत.

भारतीय राज्यघटनेच्या १२ व्या अनुसूचीमध्ये (कलम २४३ - डब्ल्यू) शहरी स्थानिक स्वराज्य संस्थासंबंधी एकूण १८ कार्यकारी विषय दिलेले आहेत. ते खालीलप्रमाणे आहेत-

१) नगररचना सह-नगर नियोजन करणे.

२) भूमी वापराचे नियमन व इमारतीचे बांधकाम करणे.

३) आर्थिक आणि सामाजिक विकासासाठी नियोजन करणे.

४) रस्ते आणि पूल यांचे बांधकाम करणे.

५) घरगुती, औद्योगिक आणि व्यावसायिक हेतुसाठी पाणी पुरवठा करणे.

६) सार्वजनिक आरोग्य, स्वच्छता, संरक्षण आणि घनकचरा व्यवस्थापन करणे.

७) अग्निशमन सेवा पुरविणे.

८) शहरी वनीकरण, पर्यावरणाचे रक्षण व पर्यावरणीय बाबींचा प्रचार करणे.

९) अपंग व मतिमंद असणाऱ्यासह समाजातील दुर्बल घटकांच्या हितांचे रक्षण करणे.

१०) झोपडपट्टी सुधार आणि सुधारणा करणे.

११) शहरी दारिद्र्य निर्मूलन करणे.

१२) उद्याने, बगीचे, क्रिडांगणे अशा शहरी सुविधा व सुविधांची तरतूद करणे.

१३) सांस्कृतिक, शैक्षणिक आणि सौंदर्याचा पैलूचा विचार करणे.

१४) अंत्यसंस्कार आणि देफनभूमी, स्मशानभूमी, स्मशानभूमी आणि इलेक्ट्रिक स्मशानभूमी इत्यादी सोयी उपलब्ध करणे.

१५) गुरेढोरे तलाब, प्राण्यांबाबतचे क्रौर्य रोखणे

१६) जन्म आणि मृत्यूची नोंद यासह महत्त्वपूर्ण आकडेवारी तयार करणे.

१७) पथदिवे, पार्किंग लॉटस, बस स्टॉप आणि सार्वजनिक सुविधा यांसारख्या सार्वजनिक सुविधा पुरविणे.

१८) कत्तलखाने आणि टॅनरीचे नियमन पाळणे.

(संदर्भ - Sanchitha Encylopaedia of acts, rules, government orders, etc.) Online.

सराव प्रश्न

अ) दिर्घोत्तरी प्रश्न

१) नगरपरिषद किंवा नगरपालिकेची रचना लिहा.

२) नगरपालिका अध्यक्षाची कामे सांगा.

३) नगरपरिषदेचे अधिकार व कार्ये लिहा.

४) नगरपालिकेच्या उत्पन्नाची साधने लिहा.

५) नगरपालिकेच्या समित्या सांगा.

६) महानगरपालिकेची रचना लिहा.

७) महापौरांचे अधिकार व कार्ये लिहा.

८) महापौर परिषद ही संकल्पना स्पष्ट करा.

९) महानगरपालिकेच्या उत्पन्नाचे मार्ग लिहा.

१०) महानगरपालिका स्थापनेच्या अटी सांगा.

११) महानगरपालिका आयुक्तांचे अधिकार व कार्ये लिहा.

१२) महानगरपालिकेच्या समित्या सांगा.

१३) महानगरपालिकेच्या स्थायी समितीचे महत्त्व सांगा.

१४) महानगरपालिकेचे अधिकार व कार्ये स्पष्ट करा.

१५) राज्यघटनेतील अनुसूची १२ स्पष्ट करा.

१६) राज्यघटनेतील अनुसूची १२ मधील शहरी स्थानिक स्वराज्य संस्थासंबंधीचे कार्यकारीविषय स्पष्ट करा.

ब) बहुपर्यायी प्रश्न

१) नगरपरिषद स्थापनेचा मुख्य निकष कोणता आहे?

उत्तर: लोकसंख्या आणि उत्पन्न

२) 'अ' वर्ग नागरी क्षेत्र कोणाला म्हटले जाते?

उत्तर: एक लाखांपेक्षा जास्त लोकसंख्या असलेल्या भागाला

३) 'क' वर्ग नगरपरिषदेमध्ये कमीतकमी व जास्तीतजास्त किती सदस्य संख्या असते?

उत्तर: कमीत कमी - २० व जास्तीत जास्त - ३०

४) नगरपरिषदेमध्ये निवडून आलेल्या प्रतिनिधींना काय म्हणतात.

उत्तर: नगरसेवक

५) महाराष्ट्रामध्ये किती नगरपालिका आहेत?

उत्तर: २४१

६) महाराष्ट्रात सर्वात जास्त नगरपालिका कोणत्या विभागात आहेत?

उत्तर: पुणे व औरंगाबाद (प्रत्येकी ५०)

७) महाराष्ट्रात सर्वात कमी नगरपालिका कोणत्या विभागात आहेत?

उत्तर: कोकण २२

८) शहरी प्रशासन व्यवस्थेतील सर्वोच्च संस्था कोणती?

उत्तर: महानगरपालिका

९) महाराष्ट्रात किती महानगरपालिका आहेत?

उत्तर: २७

१०) महानगरपालिकेचा कार्यकाळ किती वर्षाचा असतो.

उत्तर: ५ वर्षे

११) महानगरपालिकेच्या अध्यक्षास काय म्हटले जाते?

उत्तर: महापौर

१२) महाराष्ट्रात सर्वात जास्त महानगरपालिका कोणत्या विभागामध्ये आहेत?

उत्तर: कोकण

१३) महाराष्ट्रात सर्वात कमी महानगरपालिका कोणत्या विभागामध्ये आहेत?

उत्तर: अमरावती व नागपूर प्रत्येकी २

१४) 'महापौर परिषद' ही संकल्पना कोणत्या महानगरपालिकेत स्विकारण्यात आली?

उत्तर: नागपूर व मुंबई

१५) महानगरपालिकेचा प्रमुख प्रशासक कोण असतो?

उत्तर: आयुक्त

१६) महाराष्ट्र, महानगरपालिका कायद्यातील कलम २० नुसार कोणती समिती स्थापना केली जाते?

उत्तर: स्थायी समिती

१७) भारतीय राज्यघटनेची १२ अनुसूची कशाच्या संदर्भात आहे?

उत्तर: शहरी स्थानिक स्वराज्य संस्था

१८) भारतीय राज्यघटनेच्या १२ व्या अनुसूचीत किती कार्यकारी विषय दिलेले आहेत?

उत्तर: १८

१९) कोणत्या घटनादुरुस्तीने शहरी स्थानिक स्वराज्य संस्थांना अधिकार मिळाले?

उत्तर: ७४ वी घटनादुरुस्ती

२०) भारतीय राज्यघटनेतील अनुसूची १२ कोणत्या कलमाशी संबंधित आहे?

उत्तर : कलम २४३ – डब्ल्यू

प्रकरण ३

स्थानिक शासनसंस्थेच्या संदर्भातील आयोग

(Commissions about Local Self Government)

अ) **राज्य निवडणूक आयोग** (State Election Commission)
ब) **राज्य वित्त आयोग** (State Finance Commission)
क) **आयोगापुढील आव्हाने** (Challenges before Commission)

अ) राज्य निवडणूक आयोग (State Election Commission)

राज्य निवडणूक आयोग ही एक स्वायत्त घटनात्मक संस्था आहे, जी प्रशासनाच्या तिसऱ्या स्तरावर म्हणजे स्थानिक स्वराज्य संस्थांच्या पंचायतराज संस्था आणि शहरी स्थानिक संस्थाच्या निवडणुका घेण्यास जबाबदार आहे. १९९२ पूर्वी स्थानिक स्वराज्य संस्थांच्या निवडणुका संबंधित राज्य सरकारांद्वारे घेतल्या जात होत्या. स्थानिक स्वराज्य संस्थांना कायदेशीर दर्जा देण्यासाठी आणि स्थानिक स्वराज्य संस्थांना राष्ट्र निर्मितीच्या प्रक्रियेत त्यांचे योग्य स्थान देण्यासाठी १९९२ मध्ये ७३ व ७४ वी घटनादुरुस्ती करण्यात आली.

महाराष्ट्र राज्य निवडणूक आयोगाची स्थापना भारतीय संविधानाच्या २४३ (के) व २४३ (झेडए) या कलमानुसार केली आहे. राज्यातील सर्व ग्रामीण व नागरी स्थानिक स्वराज्य संस्थांच्या निवडणुका घेण्याकरता २६ एप्रिल १९९४ रोजी महाराष्ट्र राज्य निवडणूक आयोगाची स्थापना करण्यात आली. महाराष्ट्रामध्ये १९९४ नंतर म्हणजेच राज्य निवडणूक आयोगाच्या स्थापनेनंतर स्थानिक स्वराज्य संस्थांच्या निवडणुका नियमितपणे पार पडू लागल्या.

रचना

राज्य निवडणूक आयोगाच्या प्रमुखाला 'राज्य निवडणूक आयुक्त' असे म्हटले जाते. राज्य निवडणूक आयुक्ताची नेमणूक राज्यपाल करतात. भारतीय प्रशासन सेवेतील अधिकाऱ्याची या पदावर नेमणूक केली जाते. राज्यातील स्थानिक शासनाच्या निवडणुका घेण्याचे महत्त्वपूर्ण कार्य राज्य निवडणूक आयुक्तांना पार पाडावे लागते. यासाठी त्यांना जिल्हा निवडणूक अधिकारी, उपजिल्हा निवडणूक अधिकारी व साहाय्यक नोंदणी अधिकारी मदत करतात.

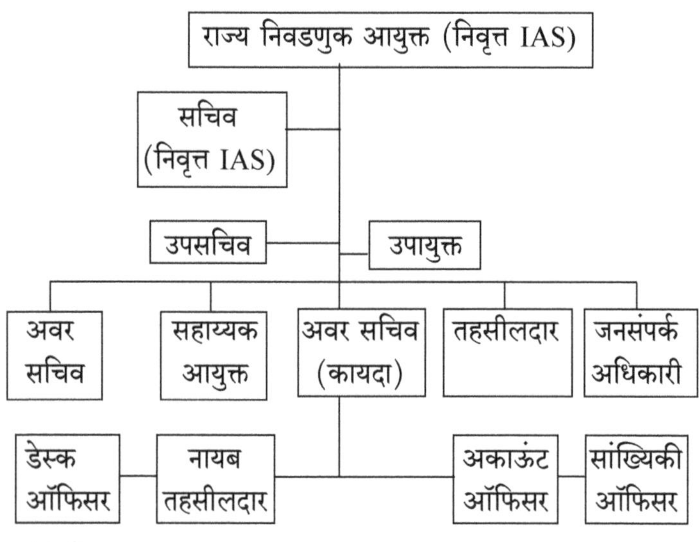

(संदर्भ - Mahasec.maharashtra.gov.in)

राज्य निवडणूक आयोगाचे अधिकार व कार्ये

१) शहरी व ग्रामीण स्थानिक स्वराज्य संस्थांच्या निवडणुका घेणे. निवडणुकीचे पर्यवेक्षण, दिशा आणि नियंत्रण राज्य निवडणूक आयोग करतो.

२) राज्य निवडणूक आयोग ग्रामीण व शहरी स्थानिक स्वराज्य संस्थांच्या निवडणुकांसाठी स्वतंत्र मतदार याद्या तयार करीत नाही. परंतु भारतीय निवडणूक आयोगाने तयार केलेल्या मतदार याद्यांचा वापर करते. २०१५ पासून सर्व निवडणुकांसाठी मतदारांच्या याद्या एका सॉफ्टवेअरद्वारे विभाजित केल्या जातात. यासाठी मुख्य निवडणूक अधिकारी महाराष्ट्र, जे भारतीय निवडणूक आयोगाचे प्रतिनिधी म्हणून काम करतात, त्यांच्याकडून सॉफ्ट डेटा प्रदान केला जातो.

३) स्थानिक स्वराज्य संस्थाच्या निवडणुका घेण्यासाठी मतदारसंघाची निर्मिती करणे. सर्व मतदारसंघाचे सीमांकन करण्याची जबाबदारी राज्य निवडणूक आयोगाची असते व स्थानिक स्वराज्य संस्थांच्या प्रत्येक सार्वत्रिक निवडणूकीपूर्वी म्हणजेच दर पाच वर्षांनी हे काम केले जाते.

४) निवडणुकांचा कार्यक्रम घोषित करणे. त्यासाठी लागणारा कर्मचारी वर्ग नियुक्त करणे.

५) निवडणूक अर्ज स्वीकारणे, त्याची छाननी करणे, उमेदवारांची अंतिम यादी तयार करणे.

५) जे उमेदवार अपक्ष म्हणून निवडणूक लढवीत असतील, अशा सर्व उमेदवारांना निवडणूक चिन्ह देणे.

६) मतदान केंद्राची व्यवस्था करणे.

७) निवडणूक आचारसंहितेचे उल्लंघन होणार नाही यासंबंधी देखरेख करणे.

८) निवडणूक खर्चावर नियंत्रण ठेवणे. उमेदवाराकडून निवडणूक खर्चाचा तपशील नेमून दिलेल्या नमुन्यात दाखल झाला आहे की नाही ते तपासणे.

९) निवडणूक आचारसंहितेचे उल्लंघन करणाऱ्यांविरुद्ध कायदेशीर कारवाई करणे.

१०) राजकीय पक्षांना आपली भूमिका जनतेपर्यंत पोहचविण्यासाठी प्रसिद्धी माध्यमांचा वापर करण्यास परवानगी देणे.

११) प्रत्येक मतदाराला निष्पक्षपातीपणे, निर्भयपणे आपले मत देता येईल असे वातावरण तयार करणे. शांतता व सुव्यवस्था प्रस्थापित करणे.

१२) बोगस मतदान होणार नाही याची दक्षता घेणे.

१३) मतदानाच्या दिवशी मतदान घेणे. सर्व मतपेट्या सुरक्षित ठेवणे. निकालाच्या दिवशी निष्पक्षपातीपणे मतमोजणी करणे व निवडणूक निकाल जाहीर करणे.

सारांश

७३ व ७४ व्या घटनादुरुस्तीमध्ये स्थानिक शासन संस्थांच्या निवडणुका नियमित व सुरळीतपणे पार पाडण्यासाठी राज्य निवडणूक आयोग ही स्वतंत्र यंत्रणा निर्माण करण्यात आली. महाराष्ट्र शासनानेदेखील महाराष्ट्र राज्याकरिता राज्य निवडणूक आयोग निर्माण केला. राज्य निवडणूक आयोगाच्या निर्मितीने स्थानिक शासन संस्थांच्या निवडणुका नियमितपणे पार पडू लागल्या व त्यामध्ये पारदर्शकतादेखील आली. एकूणच लोकशाहीच्या यशस्वीतेसाठी निवडणुका निष्पक्षपाती होणे गरजेचे आहे.

राज्य निवडणूक आयोग हे कार्य पार पाडताना दिसतो. अशा प्रकारे राज्य निवडणूक आयोगाची रचना, अधिकार व कार्ये सांगता येतात.

राज्य निवडणूक आयुक्त

राज्य निवडणूक आयुक्ताच्या नियुक्तीच्या पात्रता व त्याची नियुक्ती यांसाठी आणि त्याच्याशी संबंधित आनुषंगिक बाबींसाठी तरतूद करण्याकरिता महाराष्ट्र शासनाकडून अधिनियम, १९९४ करण्यात आला. भारतीय गणराज्याच्या पंचेचाळीसाव्या वर्षी अधिनियम करण्यात आला. या अधिनियमास, राज्य निवडणूक आयुक्त (अर्हता व नियुक्ती) अधिनियम, १९९४ असे म्हटले जाते. 'राज्य निवडणूक आयुक्त' म्हणजे भारताचे संविधानाच्या अनुच्छेद २४३-ट अन्वये नियुक्त करण्यात आलेला राज्य निवडणूक आयुक्त.

नियुक्तीच्या अर्हता

राज्य निवडणूक आयुक्ताची नियुक्ती, शासनाच्या प्रधान सचिवाच्या दर्जापेक्षा कमी दर्जाचे नसेल असे पद ज्या व्यक्ती धारण करीत असतील किंवा ज्यांनी धारण केलेले असेल, अशा व्यक्तींमधून करण्यात येईल.

वेतन

राज्य निवडणूक आयुक्ताला दरमहा रुपये ७,६०० इतके वेतन देण्यात येईल. परंतु, जी व्यक्ती तिची राज्य निवडणूक आयुक्ताच्या पदावर नियुक्ती होते वेळी भारत सरकारच्या किंवा राज्य शासनाच्या नियंत्रणाखाली प्रधान सचिवापेक्षा वरच्या दर्जाचे पद धारण करत असेल आणि तिला दरमहा रु. ७,६०० पेक्षा अधिक वेतन असेल किंवा होते, तर त्या व्यक्तीची, 'राज्य निवडणूक आयुक्त' म्हणून नियुक्ती होते व त्यावेळच्या वेतनाचे संरक्षण केले जाते.

आणखी असे की, ज्या व्यक्तीला, राज्य निवडणूक आयुक्त म्हणून पदग्रहण करण्याच्या दिनांकाच्या लगतपूर्वी संघराज्य शासनाच्या नियंत्रणाखालील किंवा राज्य शासनाच्या नियंत्रणाखालील कोणत्याही अगोदरच्या सेवेच्या संबंधात (विकलांगता किंवा इजा निवृत्तीवेतन याव्यतिरिक्त अन्य) निवृत्तिवेतन मिळत असेल / होते, निवृत्तीवेतन घेण्याची निवड करण्यास पात्र असेल, ज्या व्यक्तीने असे निवृत्तीवेतन घेण्याची निवड केली होती, त्या व्यक्तीच्या राज्य निवडणूक आयुक्त म्हणून असलेल्या सेवेच्या संबंधातील वेतनातून अशा निवृत्तीवेतनाची रक्कम कमी करण्यात येते.

राज्य निवडणूक आयुक्ताने अन्य पद धारण न करणे

राज्य निवडणूक आयुक्त, संसदेचा सदस्य किंवा राज्य विधानमंडळाचा सदस्य किंवा राज्यातील कोणत्याही पंचायतीचा किंवा नगरपालिकेचा सदस्य नसेल आणि तो (राज्य निवडणूक आयुक्त म्हणून असलेल्या त्याच्या पदाव्यतिरिक्त अन्य) कोणतेही विश्वासपेक्षी पद किंवा लाभाचे पद धारण करणार नाही किंवा तो कोणत्याही राजकीय पक्षाशी संबंधित असणार नाही किंवा कोणताही धंदा किंवा व्यवसाय करणार नाही आणि त्यानुसार राज्य निवडणूक आयुक्त म्हणून नियुक्त करण्यात आलेली व्यक्ती, आपले पद ग्रहण करण्यापूर्वी -

अ) जर ती संसदेची किंवा राज्याच्या विधानमंडळाची किंवा पंचायतीची अथवा नगरपालिकेची सदस्य असेल तर अशा सदस्यत्वाचा राजीनामा देईल; किंवा

ब) जर ती कोणतेही विश्वासपेक्षी पद किंवा लाभाचे पद धारण करीत असेल तर अशा पदाचा राजीनामा देईल; किंवा

क) जर ती कोणत्याही राजकीय पक्षाशी संबंधित असेल तर त्यांच्याशी असलेले संबंध तोडून टाकील; किंवा

ड) जर ती कोणताही धंदा करीत असेल तर (आपली मालकी सोडून देण्यापर्यंत न जाता) अशा धंद्याच्या संचालनासाठी व व्यवस्थापनाशी असलेले तिचे संबंध तोडून टाकील; किंवा

ई) जर ती कोणताही व्यवसाय करीत असेल तर असा व्यवसाय करण्याचे थांबवील.

पदावधी

१) राज्य निवडणूक आयुक्त ज्या दिनांकास आपले पदग्रहण करील त्या दिनांकापासून पाच वर्षापेक्षा अधिक नसेल इतक्या मुदतीसाठी पद धारण करील; आणि तो पुनर्नियुक्तीस पात्र असणार नाही.

परंतु राज्य निवडणूक आयुक्त, आपल्या सहीनिशी राज्यपालास उद्देशून पत्र लिहून आपल्या पदाचा राजीनामा देऊ शकेल.

२) राज्य निवडणूक आयुक्तास भारताच्या संविधानाच्या अनुच्छेद २४३-ट च्या खंड (२) च्या पत्रकामध्ये विनिर्दिष्ट करण्यात आलेल्या रितीने असेल त्याव्यतिरिक्त अन्य प्रकारे पदावरून दूर करण्यात येणार नाही.

रजा

१) राज्य निवडणूक आयुक्ताला एका कॅलेंडर वर्षामध्ये ३० दिवसांची अर्जित रजा मिळण्याचा हक्क असेल आणि ती रजा प्रत्येक कॅलेंडर वर्षाच्या १ जानेवारी व

१ जुलै रोजी प्रत्येकी १५ दिवसांच्या दोन हप्त्यांमध्ये त्याच्या रजेच्या खात्यावर आगाऊ जमा करण्यात येईल.

२) (अ) राज्य निवडणूक आयुक्ताला, सेवेच्या प्रत्येक पूर्ण झालेल्या वर्षाच्या संबंधात २० दिवस या दराने, वैद्यकीय प्रमाणपत्रे सादर करून किंवा खासगी कामांसाठी अर्धपगारी रजा मिळण्याचा हक्क असेल आणि अर्धपगारी रजेचे रजावेतन हे अर्जित रजेच्या वेळी अनुज्ञेय असलेल्या रजावेतनाच्या निम्म्याइतके असेल.

ब) राज्य निवडणूक आयुक्ताच्या स्वेच्छानिर्णयानुसार अर्धपगारी रजेचे पूर्णपगारी रजेमध्ये परिवर्तन करता येईल, मात्र ती रजा वैद्यकीय प्राधिकाऱ्याने दिलेले वैद्यकीय प्रमाणात असले पाहिजे.

३) राज्य निवडणूक आयुक्ताला, एका पदावधी, जास्तीतजास्त १८० दिवसांच्या कालावधीची, पगार व भत्ता न मिळणारी असाधारण रजा मिळण्याचा हक्क असेल.

४) राज्य निवडणूक आयुक्ताला त्याचा पदावधी समाप्त झाल्यानंतर त्याच्या खात्यावर शिल्लक असलेल्या अर्जित रजेच्या संबंधातील रजा वेतनाईतकी रोख रक्कम मिळण्याचा हक्क असेल.

५) राज्य निवडणूक आयुक्ताला, पोट कलम (४) अन्वयेच्या रजा वेतनावर अनुज्ञेय म्हणून, त्याने राज्य निवडणूक आयोगाचे पद सोडून दिल्याच्या दिनांकाला अनुज्ञेय असलेल्या दरानुसार महागाई भत्ता मिळण्याचा हक्क असेल, परंतु, त्याला अशा रजा वेतनावर शहर पूरक भत्ता किंवा इतर कोणताही भत्ता मिळण्याचा हक्क असणार नाही.

६) राज्य निवडणूक आयुक्तास रजा देण्याचा किंवा नाकारण्याचा आणि त्यास दिलेली रजा रद्द किंवा कमी करण्याचा अधिकार राज्यपालांकडे निहित असेल.

राज्य निवडणूक आयुक्तास देय असलेले निवृत्तीवेतन

१) जी व्यक्ती राज्य निवडणूक आयुक्त म्हणून पदग्रहण करण्याच्या दिनांकाच्या लगतपूर्वी भारत सरकारच्या किंवा राज्य शासनाच्या सेवेत होती ती व्यक्ती, ज्या दिनांकास ती राज्य निवडणूक आयुक्त म्हणून पदग्रहण करील; त्या दिनांकास सेवेतून निवृत्त झाल्याचे समजण्यात येईल. परंतु राज्य निवडणूक आयुक्त म्हणून असलेल्या त्यानंतरच्या तिच्या सेवेची गणना निवृत्तीवेतनासाठी हिशेबात धरली जाणारी निरंतर मान्य सेवा म्हणून गणली जाईल.

२) ज्या बाबतीत राज्य निवडणूक आयुक्त पोट-कलम (३) मध्ये विनिर्दिष्ट करण्यात असलेल्या कोणत्याही रितीने किंवा राजीनामा देऊन पद सोडून देईल त्या बाबतीत त्यास अशा प्रकारे पद सोडून दिल्यावर, त्यास इतर कोणतेही निवृत्तीवेतन मिळत असेल तर त्याशिवाय, सेवेच्या प्रत्येक पूर्ण केलेल्या वर्षासाठी किंवा त्याच्या भागासाठी दरवर्षी ७०० रुपये या दराने निवृत्तीवेतन देण्यात येईल आणि आयोगातील सेवेच्या वर्षाची संख्या कितीही असली तरी निवृत्तीवेतनाची जास्तीत जास्त रक्कम दरवर्षी ३,५०० रुपयांपेक्षा अधिक असणार नाही. परंतु राज्य निवडणूक आयुक्ताची राज्य निवडणूक आयोगाकडे दोन वर्षांपेक्षा कमी सेवा झालेली असेल तर त्याला असे कोणतेही निवृत्तीवेतन देय असणार नाही.

३) राज्य निवडणूक आयुक्त राजीनामा देऊन पद सोडून देईल त्याव्यतिरिक्त इतर बाबतीत...

अ) त्या कलम ६ मध्ये विनिर्दिष्ट करण्यात आलेला पदावधी पूर्ण केलेला असेल, किंवा

ब) पद सोडून देण्याची त्याची कृती अनारोग्यामुळे आवश्यक झाली असल्याचे वैद्यकीयरीत्या प्रमाणित करण्यात आलेले असेल,

तरच केवळ, त्याने या अधिनियमाच्या प्रयोजनासाठी आपले पद सोडून दिले असल्याचे मानण्यात येईल.

सर्वसाधारण भविष्यनिर्वाहनिधीत वर्गणी देण्याचा हक्क

राज्य निवडणूक आयुक्ताला त्याच्या विकल्पानुसार, सर्वसाधारण भविष्यनिर्वाहनिधीत वर्गणी देण्याचा हक्क असेल आणि तो असा विकल्प निवडील त्या बाबतीत, महाराष्ट्र सर्वसाधारण भविष्यनिर्वाहनिधी नियमांच्या तरतुदींद्वारे त्याचे नियमन केले जाईल.

परंतु, राज्य निवडणूक आयुक्ताने राज्य निवडणूक आयुक्त म्हणून पद ग्रहण केल्याच्या दिनांकाच्या लगतपूर्वी तो अखिल भारतीय सेवेतील सदस्य असेल किंवा त्याने केंद्र सरकारच्या अथवा एखाद्या राज्य शासनाच्या नियंत्रणाखालील पदग्रहण केल्याच्या दिनांकाच्या लगतपूर्वी त्याला लागू असलेल्या नियमांद्वारे त्याचे नियमन केले जाईल.

सेवेच्या इतर शर्ती...

या अधिनियमात अन्यथा तरतूद करण्यात आलेली असेल त्या व्यतिरिक्त,

संबद्ध नियमानुसार महाराष्ट्र प्रशासकीय न्यायाधिकरणाच्या सदस्यांच्या बाबतीत त्या त्या वेळी लागू असलेल्या- महागाई भत्ता (निवृत्तीवेतनावरील धरून), स्थानिक पूरक भत्ता आणि प्रवास भत्त्यासह इतर सर्व भत्ते, निवासस्थानासाठी भाडेमाफ तरतूद, वाहन सुविधा, वैद्यकीय सोयी यांच्या संबंधातील सेवाशर्ती आणि अशा इतर सेवाशर्ती शक्य असेल तेथवर, राज्य निवडणूक आयुक्ताच्या बाबतीत लागू होतील. (सन १९९४ चा महाराष्ट्र अधिनियम क्रमांक-२२, mahasec.maharashtra.gov.in)

राज्य निवडणूक आयुक्तांचे अधिकार व कार्ये

१) स्थानिक स्वराज्य संस्थाच्या निवडणुकांचे संचालन, नियंत्रण व नियोजन करणे.

२) स्थानिक स्वराज्य संस्थांच्या निवडणुका सुरळीतपणे पार पाडण्यासाठी अधिकारी व कर्मचाऱ्यांची नियुक्ती करणे.

३) निवडणुकीचा कार्यक्रम घोषित करणे, निवडणूक अर्ज स्वीकारण्यापासून ते उमेदवारांना चिन्हांचे वाटप करण्यापर्यंत सर्व कार्यावर देखरेख व नियंत्रण ठेवणे.

४) निवडणूक आचारसंहितेचे पालन होते आहे की नाही यासंदर्भात देखरेख करणे. निवडणूक आचारसंहितेचा भंग करणाऱ्याविरुद्ध कारवाईचा निर्णय घेणे.

५) निवडणूक निकाल घोषित करणे, तो प्रसिद्धी माध्यमांना उपलब्ध करून देणे.

६) निवडणूक आयोगाचे संकेतस्थळ अद्ययावत ठेवणे.

सारांश

राज्य निवडणूक आयोगामध्ये राज्य निवडणूक आयुक्तांची भूमिका महत्त्वाची असते. राज्य निवडणूक आयुक्तांच्या कार्यक्षमतेवरती राज्य निवडणूक आयोगाची कार्यक्षमता, यशस्वीता अवलंबून असते. स्थानिक स्वराज्य संस्थांच्या महत्त्वपूर्ण निवडणुका पार पाडण्याची जबाबदारी राज्य निवडणूक आयुक्तावर असते. राज्य निवडणुक आयुक्तांना हे कार्य यशस्वीपणे पार पाडता यावे म्हणून राज्यघटनेनुसार त्याच्या पात्रता व सेवेसंदर्भातील सर्व गोष्टी लिखित स्वरूपात असल्याने त्यांना प्रभावीपणे कार्य करता येते. राज्यघटनेने त्यांना त्याच्या कार्यक्षेत्रामध्ये राहून कार्य करण्यासाठी निश्चित अधिकार प्रदान केलेले असल्याने त्यांना प्रभावीपणे कार्य करता येते. राज्य निवडणूक आयुक्तांनी राज्य निवडणूक आयोगाच्या स्थापनेपासून प्रभावीपणे

कार्य केलेले दिसते. महाराष्ट्रासारख्या प्रचंड भौगोलिक व्याप्ती व प्रचंड लोकसंख्या असलेल्या राज्याच्या स्थानिक स्वराज्य संस्थांच्या निवडणुका सुरळीत, शांततेने व लोकशाहीच्या सनदशीर मार्गाने पार पाडणे मोठे आव्हानात्मक काम आहे. महाराष्ट्रामध्ये २७ महानगरपालिका, २४१ नगरपालिका, १२८ नगरपंचायती, ३४ जिल्हा परिषदा, ३५१ पंचायत समित्या व २७,७८२ ग्रामपंचायती आहेत. महाराष्ट्रामध्ये शहरी व ग्रामीण स्थानिक स्वराज संस्था २८५६३ आहेत. या सर्वांच्या दर पाच वर्षांनी निवडणुका पार पाडण्याची महत्त्वपूर्ण जबाबदारी राज्य निवडणूक आयोग पार पाडतो. राज्य निवडणूक आयोगाचा प्रमुख राज्य निवडणूक आयुक्त असल्याने स्थानिक स्वराज्य संस्थाच्या निवडणुका घेण्याची फार मोठी जबाबदारी त्याला पार पाडावी लागते. अशा प्रकारे राज्य निवडणूक आयुक्तांच्या पात्रता, नियुक्ती, अधिकार व कार्ये स्पष्ट करता येतात.

निवडणूक सुधारणा (Election Reforms)

भारतीय राज्यघटनेने निवडणूक आयोग स्वतंत्र ठेवला आहे. परंतु निवडणूक प्रक्रियेमध्ये फार मोठ्या प्रमाणावर दोष निर्माण झाले; त्यामुळे निवडणूक सुधारणा हा महत्त्वपूर्ण भाग आहे.

निवडणूक प्रक्रियेमध्ये निर्माण झालेले दोष दूर करण्यासाठी तारकुंडे समिती नेमली गेली. या समितीने निवडणूक सुधारणाविषयक काही महत्त्वपूर्ण शिफारशी केल्या; त्यास निवडणूक सुधारणा शिफारशी म्हटले जाते. या निवडणूक सुधारणा खालीलप्रमाणे आहेत -

१) निवडणूक खर्चावरती आळा घातला पाहिजे.

२) निवडणूक आयोगाच्या रचनेमध्ये बदल केला पाहिजे.

३) निवडणूक आयोग बहुसदस्यीय असावा.

४) इलेक्ट्रॉनिक मतदान यंत्रांचा वापर करावा.

५) बोगस मतदान व मतदान केंद्रावर घडणारे गैरप्रकार थांबविले पाहिजेत.

६) ज्यांना गुन्ह्याबद्दल शिक्षा झाली आहे अशा व्यक्तींना निवडणूक लढविण्यास अपात्र ठरविले गेले पाहिजे.

७) मतदार ओळखपत्र प्रत्येक मतदाराकडे असावे.

८) निवडणूक आयोगाकडे स्वतंत्र कर्मचारी वर्ग असावा.

९) सरकारी वाहनांचा निवडणुकीसाठी वापर करता कामा नये.

राजकारणातील गुन्हेगारीला प्रतिबंध करण्याच्या दृष्टीने, निवडणुकीतील अर्थकारण, निवडणूक आयोगासंबंधी, मतदान पद्धतीसंबंधी, प्रतिनिधींच्या वर्तनासंबंधी, मतदारांच्या वर्तनासंबंधी अशा या निवडणूक सुधारणा आहेत. या निवडणूक सुधारणा प्रत्यक्ष अमलात आणल्या तर निवडणुका निष्पक्षपातीपणे, मुक्त व न्याय्य वातावरणामध्ये सहजपणे पार पडतील; यामुळे खऱ्या अर्थाने लोकशाहीचा विकास होईल.

राज्य निवडणूक आयुक्त नीला सत्यनारायण यांनी अमलात आणलेल्या निवडणूक सुधारणा

१) निवडणुकांची घटनात्मक जबाबदारी

ग्रामपंचायत, पंचायत समिती, जिल्हा परिषद, नगरपालिका आणि महानगरपालिका या स्थानिक स्वराज्य संस्थांच्या पंचवार्षिक निवडणुकांचा डोलारा सांभाळण्याची सांविधानिक जबाबदारी राज्य निवडणूक आयोगावर आहे. राज्यात एकूण २७,७८२ ग्रामपंचायती, ३५१ पंचायत समित्या, ३४ जिल्हा परिषदा, २४१ नगरपरिषदा, १२८ नगरपंचायती आणि २७ महानगरपालिका आहेत. स्थानिक स्वराज्य संस्थांच्या निवडणुका पक्षीय पातळीवर म्हणजे राजकीय पक्षांच्या चिन्हांवर लढविल्या जातात. ग्रामपंचायतीच्या निवडणुका व्यक्तिगत पातळीवर लढविल्या जातात. त्यामुळे ग्रामपंचायती वगळता अन्य सर्व स्थानिक स्वराज्य संस्थांच्या निवडणुकांची निवडणूकविषयक आकडेवारी उपलब्ध करून देण्यात येते.

२) महिलांच्या अडचणींची दखल

निवडणूक प्रक्रियेतील अडचणी आणि महिला सदस्यांचे प्रश्न समजून घेणे. केळं, गाजर, खाट आणि कुकरसारख्या चिन्हांमुळे महिलांना अपमानित व्हावे लागते. या चिन्हांचा भलताच अर्थ काढला जातो, अशी बहुतांश महिला उमेदवारांची तक्रार होती. अशी नऊ चिन्हे वगळून त्याऐवजी संगणक, दूरचित्रवाणी संचासारख्या आधुनिक प्रतीकांचा निवडणूक चिन्हांमध्ये समावेश करणारी महत्त्वपूर्ण सुधारणा आयोगाने केली.

३) माहिती तंत्रज्ञानाचा वापर

घटनात्मक जबाबदारी म्हणून केवळ निवडणुका पार पाडण्याची औपचारिकता राज्य निवडणूक आयुक्तांनी पार पाडू नये तर निवडणूक प्रक्रियेत आमुलाग्र सुधारणाही घडवून आणाव्यात. काळाच्या बरोबर राहण्यासाठी राज्य निवडणूक आयोगाचे

www.mahasec.com हे संकेतस्थळ विकसित करून या संकेतस्थळावर महानगरपालिका आणि नगरपरिषदांच्या निवडणूक प्रभागांच्या इलेक्ट्रॉनिक नकाशांची सुविधा उपलब्ध करून दिली आहे. महानगरपालिकेच्या एकत्रित नकाशावरून आपल्या प्रभागाचा नकाशा शोधता येतो. त्यात प्रभागातील निवडणूक अधिकाऱ्यांचे नाव, पत्ता आणि दूरध्वनी क्रमांक उपलब्ध होतो. सर्वात महत्त्वाचे म्हणजे मतदारांची संख्या, प्रभागातील मतदारयादी आणि त्यातील आपले मतदान केंद्रही शोधता येते. विविध निवडणुकांचे निकालही या संकेतस्थळावर पाहता येतात. आयोगाचे आदेश, सूचना आणि परिपत्रकेही यावर उपलब्ध असतात.

४) मतदार केंद्रीत सुधारणा

मतदारांची गैरसोय टाळणे आणि मतदानाचे प्रमाण वाढविण्या संदर्भातील सुधारणा केल्या गेल्या. अपंग, ज्येष्ठ नागरिक, गरोदर माता यांना मतदानाच्या रांगेत उभे रहावे लागू नये म्हणून त्यांना प्राधान्य देण्यास सुरुवात केली आहे. मतदारांच्या लांब रांगा टाळण्यासाठी मतदान केंद्रांची संख्या वाढविण्यात आली आहे. मतदान केंद्र शक्यतो तळमजल्यावरच असावे व ते शक्य नसल्यास अपंग आणि ज्येष्ठ नागरिकांसाठी पालखीचीही व्यवस्था केली जावी, याकडे कटाक्षाने लक्ष देण्यात येते. मतदान केंद्रावर स्वच्छतागृह, पाणी आणि सावलीची व्यवस्था केली जाते. वाढती महागाई लक्षात घेऊन उमेदवारांच्या निवडणूक खर्चाच्या मर्यादेत वाढ केली. बोटावर निशाणी करण्यासाठी शाईऐवजी मार्कर पेनचा वापर सुरू केला आहे. मतदारांच्या ओळखीसाठी आधार कार्ड पुरावा म्हणून ग्राह्य धरण्यास मान्यता दिली आहे. निवडणूक प्रचारात प्राण्यांच्या क्रूरपणे होणाऱ्या वापरावर निर्बंध घातला आहे.

५) मतदान यंत्रांचे अद्ययावतीकरण

स्थानिक स्वराज्य संस्थांच्या सर्वच निवडणुका इलेक्ट्रॉनिक मतदान यंत्रांद्वारे घेण्यात येतात. अलीकडे मतदान यंत्रांमध्ये अद्ययावत पद्धतीने सुधारणा केल्या आहेत. मतदान यंत्रांवर सांकेतिक भाषेऐवजी स्पष्टपणे माहिती दर्शविण्याची व्यवस्था केली आहे. बहुसदस्य प्रभाग पद्धतीच्या दृष्टीने मतदान यंत्रांचे प्रोग्रॅमिंग करण्यात आले आहे. अंध मतदारांसाठी ब्रेललिपीचीही सुविधा त्यावर आहे. मतदान यंत्रांच्या सुरक्षिततेसाठी संवेदनशील भागावर नॉन क्लोनेबल टॅग लावला आहे. त्यामुळे मतदान यंत्रात फेरफार करता येत नाही. तसा प्रयत्न केल्यास ते आपोआप बंद होते. या उपाययोजनांमुळे मतदान यंत्रे अधिक सुरक्षित झाली आहेत.

६) बहुसदस्य प्रभागपद्धती

सन २०११ मध्ये राज्यातील बृहन्मुंबई महानगरपालिका वगळता इतर सर्व महानगरपालिका/नगर परिषदा/नगरपंचायती यांना शासनाने बहुसदस्य प्रभागपद्धती लागू केली. त्यानुसार माहे नोव्हेंबर २०११ पासून नगर परिषदा/नगरपंचायती तसेच माहे फेब्रुवारी २०१२ पासून महानगरपालिका यांच्या सार्वत्रिक निवडणुका घेण्यात आल्या. या पद्धतीनुसार महानगरपालिकांच्या प्रत्येक प्रभागामधून कमीतकमी दोन व जास्तीतजास्त तीन सदस्य निवडण्यात येतात, तर नगर परिषदा/नगरपंचायतीच्या प्रत्येक प्रभागातून ३ ते ५ सदस्य निवडण्यात येतात.

७) नोटा (NOTA)

राज्य निवडणूक आयोगाने सर्वोच्च न्यायालयाच्या आदेशास अनुसरून स्थानिक स्वराज्य संस्थांच्या निवडणुकीत मतदारांसाठी मतपत्रिकेवर 'None of the above' (NOTA) 'वरीलपैकी काही नाही' हा पर्याय उपलब्ध करून दिला आहे. इलेक्ट्रॉनिक मतदान यंत्रावर तशी सुधारणा करण्यात आली आहे. १ डिसेंबर, २०१३ पासून झालेल्या राज्यातील महानगरपालिका, जिल्हा परिषदा/पंचायत समित्या, नगर परिषदा/नगरपंचायती आणि ग्रामपंचायतींच्या निवडणुकांमध्ये ही सुविधा उपलब्ध करून देण्यात आली आहे. स्थानिक स्वराज्य संस्थांच्या निवडणुकांमध्ये मतदारांसाठी ही सुविधा उपलब्ध करून देणारे महाराष्ट्र हे देशातील पहिले राज्य आहे.

८) क्रांतिज्योती प्रशिक्षण प्रकल्प

पुरोगामी विचारांच्या महाराष्ट्राने स्थानिक स्वराज्य संस्थांमध्ये महिलांसाठी ५० टक्के आरक्षणाची तरतूद करून क्रांतिकारक पाऊल उचलले आहे. या निर्णयाने अधिकाधिक महिलांना सार्वजनिक जीवनात कर्तृत्व दाखविण्याची सुवर्णसंधी प्राप्त झाली. सदस्यपदी महिला आरूढ झाल्या असल्या तरी कारभार मात्र पुरुषच करतात. अगदी सह्याही तेच करतात. महिलांना ५० टक्के आरक्षण मिळाले; पण बळ, प्रतिष्ठा आणि समानता मिळाली नाही. हे थांबविण्यासाठी 'क्रांतिज्योती महिला सक्षमीकरण प्रकल्प' राबविला गेला. या प्रकल्पाच्या माध्यमातून ग्रामपंचायत महिला सदस्यांना ग्रामपंचायतीचे कायदे, कारभार, सरकारच्या विविध योजना, अंदाजपत्रक याबाबत प्रशिक्षण देण्यास सुरुवात करण्यात आली. हा प्रशिक्षण प्रकल्प संपूर्ण देशासाठी पथदर्शी ठरला असून तो देशपातळीवर राबविण्याबाबत कार्यवाही सुरू झाली आहे. 'यूएन वूमेन' या आंतरराष्ट्रीय पातळीवरील संघटनेनेही त्याची दखल घेतली आहे. (राज्य निवडणूक आयुक्त अहवाल, २०१३ mahasec.maharashtra.gov.in)

सारांश

महाराष्ट्रामध्ये शहरी व ग्रामीण स्थानिक स्वराज्य संस्थांची संख्या २८५६३ एवढी आहे. या सर्व स्थानिक स्वराज्य संस्थांच्या निवडणुका घेण्याची घटनत्मक जबाबदारी राज्य निवडणूक आयोगाची आहे. या आयोगाचे प्रमुख राज्य निवडणूक आयुक्त असतात. त्याचा कार्यकाल पाच वर्षाचा असतो. त्याच्या कार्यकालामध्ये त्यांना निवडणूकविषयक ज्या समस्या निर्माण झाल्या, त्या दूर करण्याचा त्यांनी प्रयत्न केला, यातून निवडणूक प्रक्रियेमध्ये सुधारणा घडून आल्या. नीला सत्यनारायण या महाराष्ट्र राज्य निवडणूक आयोगाच्या आयुक्त होत्या. तेव्हा त्यांनी त्यांच्या कार्यकालामध्ये महत्त्वपूर्ण निवडणूक सुधारणा घडवून आणल्या. त्यामुळे स्थानिक स्वराज्य संस्थांच्या निवडणुका अधिक पारदर्शकरित्या होऊ शकतात, या दृष्टीने या निवडणूक सुधारणांना महत्त्वाचे स्थान आहे.

महाराष्ट्र राज्याचे राज्य निवडणूक आयुक्त

अ.क्र.	नाव	कालावधी
१	श्री दे.ना. चौधरी	२६ एप्रिल १९९४ ते २५ एप्रिल १९९९
२	श्री वाय. एल. राजवाडे	१५ जून १९९९ ते १४ जून २००४
३	श्री नंदलाल गुप्ता	१५ जून २००४ ते १४ जून २००९
४	श्रीमती नीला सत्यनारायण	७ जुलै २००९ ते ६ जूलै २०१४
५	श्री जागेश्वर सहारिया	५ सप्टेंबर २०१४ ते ४ सप्टेंबर २०१९
६.	श्री. उर्विंदर पालसिंह मदन	५ सप्टेंबर २०१९

ब) राज्य वित्त आयोग (State Finance Commission)

प्रस्तावना

राज्य वित्त आयोग ही संस्था १९९० नंतर स्थापन करण्यात आलेली आहे. सुरुवातीला राज्यघटनेमध्ये राज्य वित्त आयोग नव्हता. परंतु१९९२ साली झालेल्या ७३ व ७४ व्या घटना दुरुस्तीनुसार राज्य वित्त आयोगाची तरतूद करण्यात आली. ग्रामीण व शहरी स्थानिक स्वराज्य संस्थांना आर्थिक दृष्ट्या सक्षम करण्यासाठी 'राज्य वित्त आयोग' स्थापन करण्यात आला. राज्य वित्त आयोग हा राज्यातील शहरी व ग्रामीण स्थानिक स्वराज्य संस्थांच्या आर्थिक स्थितीचा आढावा घेऊन त्या

संदर्भात राज्यपालांना शिफारशी करतो. राज्य सरकार आणि स्थानिक स्वराज्य संस्था यांच्यात संसाधन वाटपाचा निर्णय घेण्यासाठी राज्य वित्त आयोगाची स्थापना केली जाते.

स्थापना – ७३ व ७४ व्या घटनादुरुस्तीने निर्माण केलेली एक संस्था म्हणजे 'राज्य वित्त आयोग' होय. राज्य वित्त आयोगाची स्थापना राज्यघटनेच्या कलम २४३ आय व कलम २४३ वायनुसार करण्यात आलेली आहे. राज्यघटनेच्या अकराव्या व बाराव्या भागांमध्ये या संदर्भामध्ये तरतुदी दिलेल्या आहेत. कलम २४३ (आय) पंचायतराज संस्थांच्या संदर्भात तर कलम २४३ (वाय) शहरी स्थानिक स्वराज्य संस्थांच्या बाबतीत आहे. राज्यपालांना ७३ व ७४ व्या घटना दुरुस्तीनंतर एका वर्षाच्या आत (२४ एप्रिल १९९४ पूर्वी) आणि त्यानंतर पाच वर्षांसाठी वित्त आयोग स्थापन करण्याचा आदेश दिला. राज्य वित्त आयोगामध्ये एक अध्यक्ष व इतर चार सदस्य असतात. राज्य वित्त आयोग आपल्या शिफारशी व वार्षिक अहवाल राज्यपालांना सादर करतात. राज्यपाल वार्षिक अहवाल, शिफारशी राज्यविधी मंडळापुढे मांडतात. राज्य विधिमंडळामध्ये त्यावरती चर्चा होते व त्यास मान्यता दिली जाते.

राज्य वित्त आयोगाचे कार्य किंवा भूमिका किंवा शिफारशी

१) राज्यातील स्थानिक स्वराज्य संस्थांच्या आर्थिक स्थितीचा आढावा घेणे.

२) राज्य व स्थानिक स्वराज्य संस्था यांच्यात कर संकलन, कर आकारणी, टोलद्वारे राज्याने गोळा केलेल्या टोल शुल्काच्या वितरणा संदर्भात असलेल्या तत्त्वांविषयी राज्यपालांना शिफारशी करणे.

३) राज्य सरकारला शुल्क, ड्युटी, कर या माध्यमातून जो महसूल मिळतो त्यामधून स्थानिक स्वराज्य संस्थांना किती महसुलाचा हिस्सा द्यावयाचा? यासंदर्भात राज्य वित्त आयोग शिफारशी करतो.

४) स्थानिक स्वराज्य संस्थांकडून कोणते कर गोळा केले जावेत? या संदर्भात शिफारशी करणे (कर, टोल, शुल्क).

५) राज्याच्या संचित निधीमधून किती निधी स्थानिक स्वराज्य संस्थांना अनुदानाच्या स्वरूपामध्ये दिला जावा याबाबत शिफारशी करणे.

६) स्थानिक स्वराज्य संस्थांची वर्तमान काळातील वित्तीय स्थिती काय आहे? तसेच त्या स्थितीमध्ये सुधारणा कशी करता येईल? याचे अवलोकन करणे व त्यासंदर्भात शिफारशी करणे.

७) केंद्र सरकार व राज्य सरकार यांच्या वित्तीय संबंधांच्या संदर्भात मध्यस्थ म्हणून राज्य वित्त आयोगाला कार्य करावे लागते.

राज्य वित्त आयोग भारतातील राज्य तसेच उप राज्यस्तरीय संबंधांना तर्कसंगत आणि पद्धतशीर बनविते. नागरिकांना आवश्यक असलेल्या सार्वजनिक सेवांच्या वितरणातील वाढते क्षैतिज असंतुलन सुधारणे हे राज्य वित्त आयोगाचे महत्त्वाचे कार्य आहे. आतापर्यंत सार्वजनिक डोमेनमध्ये सुमारे १४० अहवाल उपलब्ध आहेत. हिमाचल प्रदेश, तमिळनाडू, केरळ, आसाम यांनी आपला पाचवा राज्य वित्त आयोग अहवाल सादर केला आहे. परंतु, बरीच राज्ये तिसरा राज्य वित्त आयोग टप्पा पार करू शकली नाहीत. बहुतांश घटक राज्यांनी राज्यघटनेच्या आदेशाचे, तरतुदींचे उल्लंघन केलेले दिसते. राज्यघटनेच्या२८०व्या कलमानुसार केंद्रीय वित्त आयोगाची स्थापना करण्यात आलेली आहे. घटक राज्य सरकार यांच्यातील आर्थिक संबंध निश्चित करण्याच्या संदर्भामध्ये हा आयोग शिफारशी करतो. तर राज्य वित्त आयोग राज्य सरकार व स्थानिक स्वराज्य संस्था यांच्यामधील आर्थिक संबंध निश्चित करण्याच्या संदर्भात शिफारशी करतो. राज्यघटनेनुसार केंद्रीय वित्त आयोग व राज्य वित्त आयोग या दोघांचाही दर्जा समान आहे. केंद्रीय वित्त आयोगाची स्वीकाहार्यता राज्य वित्त आयोगापेक्षा अधिक आहे. केंद्रिय वित्त आयोगाप्रमाणे गांभीर्याने नियमितपणे राज्य वित्त आयोगाच्या शिफारशींची स्वीकृती व त्याची अंमलबजावणी केली जात नाही. राजकीय नेते, धोरण कर्ते, विशेषज्ञ यांच्याकडून राज्य वित्त आयोगाला दुय्यम लेखले जाते. राज्य वित्त आयोग यामध्ये शैक्षणिक तज्ज्ञांऐवजी सेवा देणारे किंवा सेवानिवृत्त नोकरशहांची उपस्थिती आहे.

राज्य वित्त आयोग हा केंद्र, राज्य व स्थानिक स्वराज्य संस्था यांना जोडणारा दुवा आहे. राज्य वित्त आयोगाच्या कारभारासाठी राज्यांनी आपला वाटा उचलला पाहिजे. क्षैतीज असमतोल दुरुस्त करण्याचे राज्य वित्त आयोगाचे कार्य अत्यंत कठोर आहे. कारण ग्रामीण आणि शहरी भागात किमान आवश्यक सेवा देण्यासाठी राज्य वित्त आयोगाला सुमारे २.५ लाख स्थानिक सरकारांचा विचार करावा लागेल. राज्य वित्त आयोग ही सहकारी संघराज्य तिचा सुवर्ण नियम लागू करण्यासाठी संस्थात्मक संस्था आहे जी, प्रत्येक नागरिकाला तिच्या निवडीची पर्वा न करता किमान सार्वजनिक वस्तूंचे आश्वासन दिले पाहिजे. राज्य वित्त आयोगाने केलेल्या शिफारशींच्या आधारे पंचायत आणि नगरपालिकांची संसाधने वाढविण्यासाठी उपाययोजना करण्यासाठी कलम २४३ आय आणि जोडण्यासाठी २४३ वाय कलमांमध्ये बदल करण्यात आला आहे. या उपक्रमांमध्ये स्थानिक सरकार आणि राज्य वित्त आयोग यांच्यात द्वितीय संघराज्याची संबंधित सेंद्रिय दुवा आहे.

समारोप

शहरी व ग्रामीण स्थानिक स्वराज्य संस्थांना आर्थिक दृष्ट्या सक्षम करण्यासाठी राज्य वित्त आयोगाची भूमिका महत्त्वाची आहे. ७३ व ७४ व्या घटनादुरुस्तीने राज्य वित्त आयोग निर्माण झाला. स्थानिक स्वराज्य संस्थांना स्थानिक क्षेत्रांमधील विकास कार्य करण्यासाठी लागणारा निधी याबाबत राज्य वित्त आयोगाच्या शिफारशी महत्त्वपूर्ण असतात. एकूणच स्थानिक स्वराज्य संस्थांना आर्थिक दृष्ट्या आत्मनिर्भर करण्याच्या दृष्टिकोनातून राज्य वित्त आयोग महत्त्वाची भूमिका पार पाडत आहे.

क) आयोगा पुढील आव्हाने (Challenges before Commission)

प्रस्तावना

१९९० नंतर स्थानिक स्वराज्य संस्थाना घटनात्मक दर्जा देणारी महत्त्वपूर्ण अशी ७३ व ७४ वी घटनादुरुस्ती करण्यात आली. या घटनादुरुस्तीने राज्य निवडणूक आयोग, राज्य वित्त आयोग या सारखे महत्त्वपूर्ण आयोग स्थापन केले. स्थानिक स्वराज्य संस्थांच्या निवडणुका वेळेवर होण्यासाठी म्हणजेच पाच वर्षांचा कालावधी पूर्ण झाल्यानंतर घेण्यासाठी राज्य निवडणूक आयोग स्थापन केला. राज्य निवडणूक आयोग स्थापन होण्यापूर्वी स्थानिक स्वराज्य संस्थांच्या निवडणुका राज्य सरकारच्या इच्छेनुसार होत होत्या. राज्य निवडणूक आयोग स्थापन झाल्यानंतर मात्र, शहरी व ग्रामीण स्थानिक स्वराज्य संस्थांच्या निवडणुका मुदतीत होण्यास सुरुवात झाली. तसेच शहरी व ग्रामीण स्थानिक स्वराज्य संस्थांना आर्थिक दृष्ट्या सक्षम करण्यासाठी राज्य वित्त आयोग या घटना दुरुस्तीने स्थापन करण्यात आला. परंतु गेल्या पंचवीस वर्षांमध्ये राज्य वित्त आयोग व राज्य निवडणूक आयोगाला कार्य करीत असताना अनेक आव्हानांना सामोरे जावे लागत आहे.

अ) राज्य निवडणूक आयोगा पुढील आव्हाने

स्वतंत्र, न्याय व निपक्षपातीपणे निवडणुका हा लोकशाहीचा महत्त्वाचा आधार असतो. भारतामध्ये स्वतंत्र, न्याय व निपक्षपातीपणे निवडणुका घेण्यासाठी राज्य घटनेने निवडणूक आयोगाची तरतूद केलेली आहे. हा निवडणूक आयोग केंद्रीय व राज्य पातळीवरील निवडणूका घेतो तर स्थानिक स्वराज्य संस्थांच्या स्वतंत्र, न्याय व निपक्षपातीपणे निवडणुका घेण्याचे कार्य करण्यासाठी राज्य निवडणूक आयोग स्थापन करण्यात आला. घटनात्मक तरतुदीनुसार राज्य निवडणूक आयोग स्थापन करण्यात येतो. त्यामुळे तो स्वायत्त असतो. कलम २३३ के (१), (२) व कलम २३३ (झेड ए) नुसार ग्रामीण व शहरी स्थानिक स्वराज्य संस्थांच्या निवडणुका घेण्याचे कार्य

राज्य निवडणूक आयोगाचे आहे तसेच त्यासाठी मतदार याद्या तयार करणे व निवडणुकी संदर्भातील कार्य करण्याची जबाबदारी राज्य निवडणूक आयोगावरती सोपवली आहे. राज्य निवडणूक आयोगाच्या प्रमुखाला 'राज्य निवडणूक आयुक्त' म्हटले जाते. राज्य निवडणूक आयुक्तांची नेमणूक घटक राज्याचे राज्यपाल करतात. राज्य निवडणूक आयुक्तांचा कार्यकाल, त्यांच्या सेवाशर्ती राज्य विधिमंडळाने केलेल्या कायद्यानुसार केल्या जातात. राज्य निवडणूक आयुक्तांना उच्च न्यायालयातील न्यायाधीश पदाच्या पद्धती शिवाय इतर कोणत्याही पद्धतीने पदावरून काढून टाकता येत नाही. केंद्र सरकार व राज्य सरकारने निवडणूक आयोगाच्या कारभारामध्ये हस्तक्षेप करू नये. त्यांना स्वतंत्रपणे कार्य करण्याची मोकळीक राज्यघटनेने दिलेली आहे. परंतु, भारतीय निवडणूक आयोगापुढे जशी विविध आव्हान आहेत तशीच राज्य निवडणूक आयोगापुढे देखील आव्हान आहेत.

१) स्वायत्ततेचे आव्हान

राज्यघटनेने दिलेल्या अधिकार क्षेत्रांमध्ये राहून राज्य निवडणूक आयोगाने आपले कर्तव्य पार पाडण्याचा प्रयत्न केलेला असला तरीसुद्धा राज्य निवडणूक आयोगाला आपली स्वायतत्ता व स्वातंत्र्य मिळविण्यासाठी तसेच ते अबाधित ठेवण्यासाठी राज्य सरकार बरोबर संघर्ष करावा लागलेला दिसतो. राज्यघटनेनुसार 'राज्य निवडणूक आयोग' ही एक संस्था आहे. परंतु, ती स्वायत्त संस्था म्हणून कार्यरत राहण्यामध्ये अनेक आव्हाने निर्माण होताना दिसतात. उदाहरणार्थ, महाराष्ट्रात२००८ मध्ये तत्कालीन राज्य निवडणूक आयुक्तांनी असे प्रतिपादन केले की, महापौर, उपमहापौर, सरपंच, उपसरपंच यांच्या निवडणुका घेण्याचे अधिकार राज्य निवडणूक आयोगाकडे असावेत. याउलट राज्य विधानसभेने आपल्या कार्यकक्षा आणि अधिकाऱ्यांच्या विशेषाधिकार उल्लंघन केल्याबद्दल दोषी आढळल्यानंतर त्यांना अटक केली व तुरुंगात पाठवण्यात आले. तसेच किशन सिंग तोमर विरुद्ध अहमदाबाद शहर महानगरपालिका (२००६) या खटल्यामध्ये सर्वोच्च न्यायालयाने असे म्हटले की पंचायत आणि नगरपालिका निवडणुकीच्या वेळी राज्य सरकारने राज्य निवडणूक आयोगाच्या आदेशांचे पालन केले पाहिजे. राज्य सरकार लोकसभा व विधानसभेच्या निवडणुकीच्या वेळी भारतीय निवडणूक आयोगाच्या आदेशांचे पालन करतात त्याचप्रमाणे राज्य निवडणूक आयोगाच्या आदेशांचेदेखील राज्य सरकारने पालन केले गेले पाहिजे. कारण भारतीय निवडणूक आयोग आणि राज्य निवडणूक आयोग यांचा घटनात्मक दर्जा सारखाच आहे व त्यांचे अधिकारदेखील सारखेच आहेत.

२) राज्य निवडणूक आयोगासाठी घटनात्मक संरक्षणाचा अभाव

राज्य निवडणूक आयोगाच्या प्रमुखाला राज्य निवडणूक आयुक्त असे म्हणतात. राज्य निवडणूक आयुक्तांची नेमणूक राज्यपालाद्वारे केली जाते. राज्य निवडणूक आयुक्तांना उच्च न्यायालयातील एक न्यायाधीश म्हणून कलम२४३के (२) वगळता अन्य कोणत्याही कार्यपद्धतीशिवाय त्यांच्या कार्यालयातून किंवा त्यांना पदावरून काढून टाकता येत नाही. अशी घटनात्मक तरतूद असतानादेखील राज्य निवडणूक आयुक्तांना त्यांच्या पदावरून काढून टाकण्याची अनेक उदाहरणे दिसून येतात. म्हणजेच राज्य निवडणूक आयोगासाठी हे एक आव्हान निर्माण होताना दिसते. आंध्रप्रदेशमध्ये राज्यपालांनी अध्यादेश काढून राज्य निवडणूक आयुक्तांना त्यांच्या पदावरून काढून टाकले. तसेच या अध्यादेशाद्वारे राज्यातील राज्य निवडणूक आयुक्त पदाची मुदत पाच वर्षांवरून तीन वर्षांपर्यंत कमी केली. हे घटनात्मक संस्थेच्या स्वातंत्र्यावर अतिक्रमण करणारे आहे. यातून केवळ घटनात्मक संस्थेच्या स्वायत्ततेलाच धोका निर्माण होत नाही, तर घटनात्मक तरतुदींचे देखील उल्लंघन केले जाते. राज्य सरकार अटी व शर्ती वर मर्यादा आणण्यासारख्या पर्यायी पद्धतींनी राज्य निवडणूक आयुक्तांना त्यांच्या पदावरून हटविण्याच्या पद्धतीचा वापर करत आहे.

३) राज्य निवडणूक आयोगासाठी एकसमान सेवा शर्ती नियम अटी नाहीत

राज्यघटनेच्या कलम २४३ के (२) नुसारराज्य विधिमंडळाने केलेल्या कायद्याने राज्य निवडणूक आयोगाचा कार्यकाल नियुक्ती या सर्व बाबी निर्धारित केल्या जातात. प्रत्येक घटक राज्याचा 'राज्य निवडणूक आयोग' हा त्या त्या राज्याच्या कायद्याद्वारे कार्य करताना दिसतो. त्यामुळे राज्य निवडणूक आयोगासाठी एकसमान सेवाशर्ती नियम,अटी दिसून येत नाहीत. वेगवेगळ्या घटक राज्यांमध्ये वेगवेगळ्या तरतुदी दिसून येतात. घटक राज्य सरकारला नियमांमध्ये सुधारणा करण्याचा अधिकार मिळतो. त्यामुळे सहजपणे घटक राज्य सरकार राज्य निवडणूक आयोगाबाबतच्या सेवाशर्तींमध्ये राज्य विधिमंडळाच्या कायद्याद्वारे किंवा राज्यपालांच्या अध्यादेशाद्वारे बदल करते. एन रमेश कुमार विरुद्ध आंध्रप्रदेश राज्य (२०२०) या खटल्यांमध्ये न्यायालयाने असा निकाल दिला की, राज्य सरकार राज्य निवडणूक आयुक्तांना अध्यादेश काढून पदावरून काढून टाकू शकत नाही. तसेच अपमिता प्रसाद सिंह विरुद्ध उत्तर प्रदेश राज्य खटल्यांमध्ये उत्तर प्रदेश सरकारने २००७ मध्ये राज्य निवडणूक आयुक्तांची मुदत सात वर्षावरून पाच वर्षावरती आणली. उत्तर प्रदेशच्या तत्कालीन राज्य निवडणूक आयुक्तांनी या संदर्भामध्ये दावा दाखल केला. अलाहाबाद उच्च न्यायालयाने राज्य सरकार राज्य निवडणूक आयुक्तांचा कार्यकाल या पद्धतीने कमी करू शकत नाही.

राज्य निवडणूक आयुक्तांच्या नियुक्तीच्या अगोदरच राज्य सरकार त्यांच्या सेवेच्या अटींमध्ये, नियमांमध्ये बदल करू शकते असा निर्णय दिला. एकूणच राज्यघटनेमध्ये राज्य विधिमंडळाला राज्य निवडणूक आयोगासाठीच्या सेवेच्या अटी निश्चित करण्याचा अधिकार असल्याने सेवा शर्ती नियम अटी संपूर्ण देशभर एक सारख्या नाहीत हेदेखील राज्य निवडणूक आयोगापुढील महत्त्वाचे आव्हान आहे.

४) वेळेवर निवडणुका घेण्याचे आव्हान

राज्य निवडणूक आयोगापुढे विविध समस्या निर्माण होतात. पंचायत आणि नगरपालिका निवडणुकांच्या वेळी राज्य निवडणूक आयोगाला मतदार याद्या तयार करण्यात अनेक अडथळे निर्माण होतात. तसेच वेळेवर निवडणुका घेण्यासही अनेक आव्हाने निर्माण होतात. त्यामुळे स्थानिक स्वराज्य संस्थांच्या नियमित कामकाजावर त्याचा परिणाम घडून येतो. स्वराज्य संस्थांच्या निवडणुका नियमित वेळेत पार पाडण्यासाठी राज्य निवडणूक आयोग स्थापन करण्यात आला. परंतु मतदार यादी तयार करण्यापासून राज्य निवडणूक आयोगापुढे अनेक समस्या निर्माण होत असल्यामुळे राज्य निवडणूक आयोगाला स्थानिक स्वराज्य संस्थांच्या निवडणुका वेळेवर पार पाडता येत नाहीत. हे एक राज्य निवडणूक आयोग पुढील आव्हान दिसते.

५) राज्य सरकारच्या हस्तक्षेपाचे आव्हान

राज्य निवडणूक आयोग ही घटनात्मक यंत्रणा आहे. आणि स्वराज्य संस्थांच्या निवडणुका घेण्याची जबाबदारी राज्य निवडणूक आयोगावरती आहे. परंतु राज्य निवडणूक आयोगाच्या या कार्यक्षेत्रामध्ये राज्य सरकारचा हस्तक्षेप होतो. शहरी व ग्रामीण स्थानिक स्वराज्य संस्थांच्या निवडणुकांचे आयोजन करताना पूर्ण स्वायतत्ता राज्य निवडणूक आयोगाला असली पाहिजे. परंतु, प्रत्यक्षामध्ये राज्य सरकार फार मोठ्या प्रमाणावरती यामध्ये हस्तक्षेप करते. शहरी व ग्रामीण स्थानिक स्वराज्य संस्थांच्या निवडणुकांच्या आयोजन करताना राज्य सरकारचा कोणत्याही प्रकारचा हस्तक्षेप झाला नाही तर राज्य निवडणूक आयोगाला राज्यघटनेने दिलेल्या अधिकारांचा वापर करून मुक्त न्याय व निपक्षपातीपणे निवडणूक प्रक्रिया राबवता येऊ शकते. परंतु प्रत्यक्षात राज्य सरकार राज्य निवडणूक आयोगाच्या कार्यामध्ये हस्तक्षेप करताना दिसून येते. राजकीय हस्तक्षेपामुळे राज्य निवडणूक आयोगापुढे त्याच्या स्वतंत्रतेचे व स्वायततेचे आव्हान निर्माण होताना दिसते.

६) स्वतंत्र व कायमस्वरूपी सचिवालय नसणे

राज्य निवडणूक आयोगाला स्वतंत्र व कायम स्वरूपाचे सचिवालय नसल्याने

त्याला निवडणूक प्रक्रिया राबविण्यासाठी राज्य सरकारवरती अवलंबून राहावे लागते. राज्य निवडणूक आयोगाकडे जर स्वतंत्र कायम स्वरूपाचे सचिवालय असेल तर त्याचे राज्य सरकारवरील अवलंबित्व कमी होईल व स्थानिक स्वराज्य संस्थांच्या निवडणुका राज्य निवडणूक आयोग स्वतंत्रपणे निपक्षपातीपणे राज्य सरकारच्या हस्तक्षेपाशिवाय पार पडू शकेल. विधी आयोगानेदेखील अशी सूचना केली होती की, राज्य निवडणूक आयोगासाठी स्वतंत्र कायम स्वरूपाचे सचिवालय दिले गेले तर राज्य निवडणूक आयोगाला प्रभावीपणे कार्य करता येईल. याचा अर्थ राज्य निवडणूक आयोगाकडे स्वतःचे स्वतंत्र असे कायम स्वरूपाचे सचिवालय नसणे हे एक मोठे आव्हान राज्य निवडणूक आयोगापुढे असलेले दिसते.

राज्य निवडणूक आयोग ही लोकशाही व्यवस्थेतील एक महत्त्वाची संस्थात्मक यंत्रणा आहे. त्यामुळे तिची संस्थात्मक अखंडता व सुरक्षितता अबाधित राखली गेली पाहिजे. घटक राज्यसरकारने राज्य निवडणूक आयोगाच्या कार्यामध्ये हस्तक्षेप करू नये. स्थानिक स्वराज्य संस्थांच्या निवडणुका स्वतंत्र निपक्षपातीपणे पार पडण्यासाठी राज्य निवडणूक आयोगाची स्वतंत्रता, स्वायत्तता अबाधित राहिली पाहिजे.

२) राज्य वित्त आयोगापुढील आव्हाने

१९९० नंतर स्थापन करण्यात आलेली घटनात्मक संस्था म्हणून राज्य वित्त आयोग महत्त्वपूर्ण आहे. स्थानिक स्वराज्य संस्थांना स्थानिक क्षेत्राचा विकास करण्यासाठी पुरेसा आर्थिक निधी उपलब्ध करून देण्याच्या संदर्भामध्ये राज्य वित्त आयोग महत्त्वपूर्ण शिफारशी करतो. राज्यघटनेने स्थानिक स्वराज्य संस्थांना आर्थिक दृष्ट्या सक्षम करण्यासाठी राज्य वित्त आयोग निर्माण केला. परंतु प्रत्यक्षामध्ये राज्य वित्त आयोगापुढे अनेक प्रकारची आव्हाने निर्माण होताना दिसत आहेत.

१) राज्य वित्त आयोगाच्या स्थापनेमध्ये सातत्य नसणे

७३ आणि ७४ व्या घटनादुरुस्तीनुसार 'राज्य वित्त आयोग' दर पाच वर्षांनी स्थापन करावयाचा आहे. परंतु या घटनात्मक तरतुदीनुसार घटक राज्य राज्य वित्त आयोगाची स्थापना करीत नाहीत. म्हणजेच घटक राज्य सरकार राज्य वित्त आयोगाची नियमितपणे स्थापना करत नाही. बहुतांश घटक राज्यांनी राज्यघटनेच्या आदेशाचे, तरतुदींचे उल्लंघन केलेले दिसते. घटक राज्यांकडून राज्य वित्त आयोगाची पाच वर्षानंतर स्थापना करण्याची घटनात्मक तरतुदीचे उल्लंघन केले जात आहे. त्यामुळे राज्य वित्त आयोगाच्या स्थापनेमध्ये सातत्य नसल्याने ज्या उद्देशासाठी तो निर्माण करण्यात आला त्या उद्देशाची पूर्ती करण्यामध्ये समस्या निर्माण होत आहेत.

२) वेळेत अहवाल सादर न करणे

राज्य वित्त आयोगाची स्थापना दर पाच वर्षांनी केली जाते. या वेळेमध्ये राज्य वित्त आयोगाने आपला अहवाल सादर करणे गरजेचे असते. परंतु, बहुतांश वेळा राज्य वित्त आयोग आपला अहवाल वेळेत सादर करू शकत नाही. हिमाचल प्रदेश, तमिळनाडू, केरळ, आसाम राज्यांनी आपला पाचवा राज्य वित्त आयोग अहवाल सादर केला आहे. परंतु, बहुतांश घटक राज्यांनी अजूनपर्यंत तिसरा राज्य वित्त आयोग अहवालाचा टप्पा पार केलेला नाही.

३) विस्तीर्ण कार्य

घटक राज्यांमध्ये ग्रामीण व शहरी स्थानिक स्वराज्य संस्थांची संख्या मोठी आहे राज्य वित्त आयोगाला मोठ्या प्रमाणामध्ये स्थानिक शासनाचा विचार करण्याचे खूपच विस्तीर्ण असे कार्य आहे. याचा अर्थ स्थानिक स्वराज्य संस्थांची व्याप्ती संख्येने जास्त आहे या विस्तीर्ण अशा स्थानिक शासनाचा विचार करण्याची फार मोठे आव्हान राज्य वित्त आयोगापुढे आहे.

४) राज्य वित्त आयोगाकडे पाहण्याचा दृष्टिकोण

केंद्रीय वित्त आयोग व राज्य वित्त आयोग या दोघांनाही घटनात्मक दर्जा आहे. परंतु घटक राज्य सरकारे ही केंद्रीय वित्त आयोगाकडे ज्या घटनात्मक दृष्टीने पाहतात, त्यादृष्टीने राज्य वित्त आयोगाकडे पहात नाहीत. राज्य वित्त आयोगाला घटक राज्याकडून दुय्यम दृष्टिकोनातून पाहिले जाते. त्यामुळे नियमितपणे राज्य वित्त आयोगाची स्थापना करणे, त्याचा अहवाल वेळेत सादर होणे, या बाबी राज्य सरकारकडून गांभीर्याने घेतल्या जात नाहीत.

५) विश्वासहार्यतेची समस्या

केंद्रीय वित्त आयोगाकडे येणारी माहिती ही शास्त्रशुद्ध आहे. परंतु राज्य वित्त आयोगाकडे जी माहिती येते ती पूर्णतः शास्त्रीय असत नाही. कारण स्थानिक सरकारकडे योग्य अर्थसंकल्पीय प्रणाली नाही. त्यामुळे राज्य वित्त आयोगाकडे विश्वासहार्य शास्त्रीय माहितीचा अभाव दिसतो. यामुळे स्थानिक सरकार गोंधळात पडते. त्यामुळे राज्य वित्त आयोगाला स्थानिक विश्वासार्ह माहिती मिळणे ही गंभीर समस्या आहे. थोडक्यात, भारतीय वित्तीय वर्षात आपली योग्य भूमिका बजावण्यासाठी राज्य वित्त आयोगांना आवश्यक वातावरण दिल गेले नाही. यामुळे भारतातील प्रादेशिक समता निर्माण करण्याची एक मोठी संधी कमी झाली.

समारोप

राज्य निवडणूक आयोग, राज्य वित्त आयोग या घटनात्मक संस्था ७३ व ७४ व्या घटनादुरुस्तीने स्थानिक स्वराज्य संस्थांच्या संदर्भामध्ये स्थापन केल्या. स्थानिक संस्था स्थानिक पातळीवरती महत्त्वाची कार्य करीत असतात आणि त्यांना अधिकार प्रदान करण्यासाठी हे आयोग महत्त्वपूर्ण कार्य करतात. परंतु ज्या घटनात्मक दृष्टिकोनातून या आयोगाची निर्मिती करण्यात आली व त्यांना जे घटनात्मक अधिकार दिले गेले ते अधिकार मात्र घटक राज्य सरकार त्यांना प्रत्यक्ष वापरामध्ये देताना दिसत नाही किंवा या अयोगांच्या अधिकार क्षेत्राचा संकोच घटक राज्य सरकारकडून केला जात आहे. या आयोगांच्या संदर्भामध्ये राज्यघटनेमध्ये ज्या ज्या तरतुदी आहेत त्या तरतुदींचे पालन घटक राज्यसरकारे करताना दिसत नाहीत. याउलट घटक राज्य सरकारांकडून या आयोगाबाबतच्या तरतुदींचे उल्लंघन होताना दिसत आहे. त्यामुळे आयोगाच्या स्वायत्ततेचे व स्वातंत्र्याचे खूप मोठे आव्हान निर्माण झालेले दिसते. या आयोगांना प्रभावीपणे कार्य करण्यासाठी घटक राज्य सरकारांनी मोकळीक देणे गरजेचे आहे तसेच त्यांच्या कार्यामध्ये हस्तक्षेप करता कामा नये व राज्यघटनेमध्ये या आयोगांच्या संदर्भामध्ये ज्या तरतुदी केलेल्या आहेत, त्या तरतुदींचे पालन घटक राज्य सरकारांनी करणे गरजेचे आहे. अशा प्रकारे आयोगापुढील आव्हाने स्पष्ट करता येतात.

सराव प्रश्न

अ) दिर्घोत्तरी प्रश्न

१) राज्य निवडणूक आयोगाची रचना लिहा.
२) राज्य निवडणूक आयोगाचे अधिकार व कार्ये सांगा.
३) निवडणूक सुधारणा सांगा.
४) राज्य वित्त आयोगाचे अधिकार व कार्ये सांगा.
५) आयोगापुढील आव्हाने स्पष्ट करा.
६) राज्य निवडणूक आयोगापुढील आव्हाने स्पष्ट करा.
७) राज्य वित्त आयोगापुढील आव्हाने स्पष्ट करा.

ब) बहुपर्यायी प्रश्न

१) महाराष्ट्र राज्य निवडणूक आयोगाची स्थापना कोणत्या कलमानुसार केली आहे?

उत्तर: कलम २४३ के व २४३ झेड ए

२) महाराष्ट्र राज्य निवडणूक आयोगाची स्थापना केव्हा करण्यात आली?

उत्तर: २६ एप्रिल १९९४

३) राज्य निवडणूक आयोगाच्या प्रमुखाला काय म्हणतात.

उत्तर: राज्य निवडणूक आयुक्त

४) ग्रामीण व शहरी स्थानिक स्वराज्य संस्थांच्या निवडणुका घेण्याची जबाबदारी कोणाची आहे?

उत्तर: राज्य निवडणूक आयोग

५) महाराष्ट्र राज्याचे पहिले राज्य निवडणूक आयुक्त कोण होते?

उत्तर: श्री. दे. ना. चौधरी

६) महाराष्ट्र राज्याचे सहावे निवडणूक आयुक्त म्हणून कोण कार्यरत आहेत?

उत्तर: श्री. उर्विंदर पालसिंह मदन

७) राज्य वित्त आयोगाची स्थापना कोणत्या कलमानुसार केली आहे?

उत्तर: कलम २४३ आय व २४३ वाय

८) राज्य वित्त आयोग आपले अहवाल कोणाला सादर करतात?

उत्तर: राज्यपाल

९) राज्य निवडणूक आयोगाला निवडणूक यंत्रणा राबविण्यासाठी कोणावर अवलंबून रहावे लागते?

उत्तर: राज्यशासन

१०) राज्य निवडणूक आयोगापुढील सर्वात मोठे आव्हान कोणते आहे?

उत्तर: स्वायततेचे आव्हान

११) राज्य वित्त आयोग दर ...... वर्षांनी स्थापन करावयाचा आहे?

उत्तर: ५

१२) राज्य वित्त आयोगाकडे ...... माहितीचा अभाव दिसतो.

उत्तर: विश्वासहार्य शास्त्रीय

१३) राज्यघटनेने स्थानिक स्वराज्य संस्थांना आर्थिक दृष्ट्या सक्षम करण्यासाठी कोणता आयोग निर्माण केला?

उत्तर: राज्य वित्त आयोग

१४) कोणत्या घटना दुरुस्तीनुसार राज्य वित्त आयोग स्थापना करण्यात आला?

उत्तर: ७३ व ७४ व्या घटनादुरुस्ती

१५) आयोगाच्या कार्यक्षेत्रामध्ये कोण हस्तक्षेप करते?

उत्तर: राज्यशासन

प्रकरण ४

स्थानिक स्वराज्य संस्थांचे भवितव्य

(Future of Local Self Government)

अ) स्थानिक स्वराज्य संस्थेवरील नियंत्रण (Control on Local Self Government)

ब) स्थानिक स्वराज्य संस्थांवरील मर्यादा (Limitations of Local Self Government)

क) स्थानिक स्वराज्य संस्थांपुढील आव्हाने (Challenges before Local Self Government)

अ) स्थानिक स्वराज्य संस्थेवरील नियंत्रण (Control on Local Self Government)

राज्य शासनाचे नियंत्रण

महाराष्ट्रातील स्थानिक स्वराज्य संस्था यांच्यावरती केंद्र सरकार व राज्य सरकार यांचे नियंत्रण दिसून येते. स्थानिक शासन संस्थांची निर्मिती राज्य शासनाच्या नियमानुसार केली जाते. म्हणजेच स्थानिक शासन हे राज्य शासनाचे अपत्य होय ग्रामीण व शहरी अशा दोन प्रकारच्या स्थानिक स्वराज्य संस्था महाराष्ट्रामध्ये कार्यरत आहेत. ग्रामीण समस्या व आवश्यक गरजांची पूर्तता करणे हे संबंधित 'ग्रामीण स्थानिक स्वराज्य संस्थां'चे कार्य आहे. तर शहर विकासाचा संबंध शहरीकरणाशी असून तेथील नागरिकांच्या शहरी समस्या व आवश्यक गरजांची पूर्तता करणे हे संबंधित 'शहरी शासन संस्थे'चे प्रमुख कार्य समजले जाते. नागरी सुविधा किंवा सेवा नगर विकास, पाणीपुरवठा, स्वच्छता, साफ-सफाई, घरबांधणी, रस्ते वाहतूक अशा कितीतरी गोष्टी यामध्ये येतात. हे सर्व विषय कमी-अधिक प्रमाणात राज्य शासनाच्या राज्यसूचीत

येतात. यामुळे आपोआपच राज्य शासनाचे या स्थानिक स्वराज्य संस्थांवरती नियंत्रण येते. स्थानिक स्वराज्य संस्था या सार्वभौम संस्था नसून त्यांच्यावरती घटक राज्यशासनाचे नियंत्रण असते. स्थानिक शासन संस्थांच्या स्थापनेची व कार्याची जबाबदारी राज्य शासनाची असते. म्हणजेच स्थानिक शासन निर्माण करणे, त्याला अधिकार, सत्ता देणे, त्याच्या कार्यात प्रशासकीय व आर्थिक मदत करणे, त्याच्यावरती नियंत्रण ठेवणे, पंचायतराजचा प्रयोग यशस्वी करणे हे सर्व राज्य शासनावरती अवलंबून असते.

भारतातील त्रिस्तरीय शासन यंत्रणेतील एक महत्त्वाचा स्तर म्हणून स्थानिक शासनाकडे पाहिले जाते. स्थानिक पातळीवर कार्य करणारे शासन म्हणून स्थानिक शासनाकडे पाहिले जाते. जनतेच्या सामाजिक, आर्थिक, शैक्षणिक व सांस्कृतिक विकासात कल्याणकारी धोरणामुळे शासनाचा वाढता सहभाग आहे. या विकासाच्या प्रयत्नात स्थानिक पातळीवरील जबाबदारी स्थानिक शासनाकडे सोपवली जाते. स्थानिक शासन व घटक राज्य शासन यांचे संबंध समान भागीदारीसारखे असले पाहिजेत. परंतु प्रत्यक्षात ते तसे असत नाहीत. स्थानिक शासनदेखील लोकांमधून निवडून आलेले असते, त्यामुळे त्यालादेखील आपल्या कार्यक्षेत्रामध्ये निर्णय घेण्याचा सत्ता राबविण्याचा हक्क असतो. परंतु स्थानिक शासनावरती राज्य शासन हे कडक नियंत्रणे टाकते. तसेच राज्य शासनाच्या नियमामुळेदेखील स्थानिक शासनाला स्वतंत्रपणे कारभार करता येत नाही. स्थानिक शासनावर राज्य शासनाकडून जे नियंत्रण ठेवले जाते, ते मर्यादित असावे. स्वातंत्र्य अबाधित राखून कार्यक्षमता वाढविणे हा नियंत्रणाचा हेतू असेल तर निश्चितच त्यामुळे स्थानिक शासन संस्थाना आपली कार्यक्षमता सुधारता येते.

राज्य शासनाच्या नियंत्रणाची उद्दिष्टे

१) लोकशाहीच्या मार्गाने स्थानिक शासन संस्थांचा विकास करणे.

२) राज्य शासनाच्या नियंत्रणाचा परिणाम हा लोकांमध्ये आपले प्रतिनिधी व स्थानिक शासन संस्था या बद्दलचा आदर वाढेल, असा असला पाहिजे.

३) स्थानिक शासन संस्थाच्या नियंत्रणाचे अधिकार शासनयंत्रणेत उच्च पातळीवरील अधिकाऱ्यांकडे असावेत.

नियंत्रणाचे मार्ग

१) स्थानिक शासन संस्थांच्या समस्यांबाबत संशोधन करणे, त्यांना मार्गदर्शन करणे.

२) स्थानिक शासन संस्थाच्या कार्याचा अहवाल नियमितपणे मागविणे.

३) स्थानिक शासन संस्थाना आर्थिक मदत करीत असताना अटी घालणे व त्याची पूर्तता करण्यास सांगणे.

४) स्थानिक शासन संस्थाकडून ज्या विविध योजना व कार्यक्रम तयार केले जातात त्यांना राज्य शासनाची पूर्वसंमती आवश्यक ठरविणे.

स्थानिक शासन संस्थावरिल राज्य शासनाचे नियंत्रण

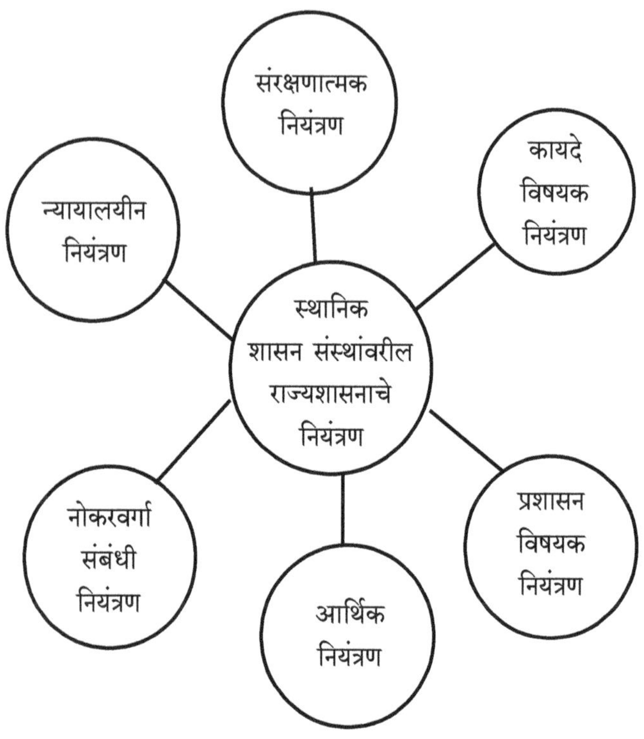

१) संरक्षणात्मक नियंत्रण

स्थानिक स्वराज्य संस्थांची निर्मिती राज्य शासनाच्या कायद्याद्वारे होत असते. राज्यघटनेने राज्य शासनाला जी सत्ता दिलेली असते, त्यातील काही सत्ता राज्य शासन स्थानिक शासन संस्थाना देते व त्याचा वापर करून स्थानिक शासन संस्था स्थानिक पातळीवरती कार्य करतात. राज्य शासनाच्या शहरी व ग्रामीण पातळीवरील सहकारी, अशी त्यांची भूमिका असते. त्यामुळे या स्थानिक शासनसंस्थांकडून त्यांना दिलेल्या सत्ता व अधिकाऱ्यांचा स्थानिक लोकांच्या कल्याणासाठी योग्य वापर व्हावा यादृष्टीने राज्य शासन स्थानिक शासन संस्थाच्या कारभारावरती नियंत्रण ठेवते. या स्थानिक शासनाच्या कार्याची पाहणी, मूल्यमापन मंत्रिमंडळ व प्रशासनातील संबंधित

विभागाकडून केले जाते. स्थानिक शासन संस्थानी उत्कृष्ट काम केले असेल तर त्याचे कौतुकदेखील केले जाते. त्यांना प्रोत्साहन दिले जाते. तसेच योग्य मार्गदर्शन केले जाते. स्थानिक शासन संस्थाना राज्य शासनाला वार्षिक अहवाल द्यावा लागतो, तसेच वेगवेगळे प्रस्ताव राज्य शासनाच्या मंजुरीसाठी पाठवावे लागतात. या सर्वांचा अभ्यास तज्ज्ञ प्रशासनांकडून केला जातो, व स्थानिक स्वराज्य संस्थांना मार्गदर्शन केले जाते, सल्ला दिला जातो. वेळोवेळी स्थानिक शासन संस्थाच्या कार्याचे परीक्षण, मूल्यमापन व तपासणी करण्याच्या हेतूने वेगवेगळे आयोग, समिती राज्य शासनाकडून स्थापन केल्या जातात. त्यांच्या शिफारशी यादेखील स्थानिक स्वराज्य संस्थांपर्यंत पोहोचविल्या जातात. एकूणच राज्य शासन संरक्षणात्मक सत्तेचा वापर करून मूलभूत धोरणाचे रक्षण करण्याचे व स्थानिक शासन संस्थाना योग्य दिशेने कार्यरत ठेवण्यासाठी संरक्षणात्मक नियंत्रणाच्या मार्गाचा वापर करीत असते.

२) कायदेविषयक नियंत्रण

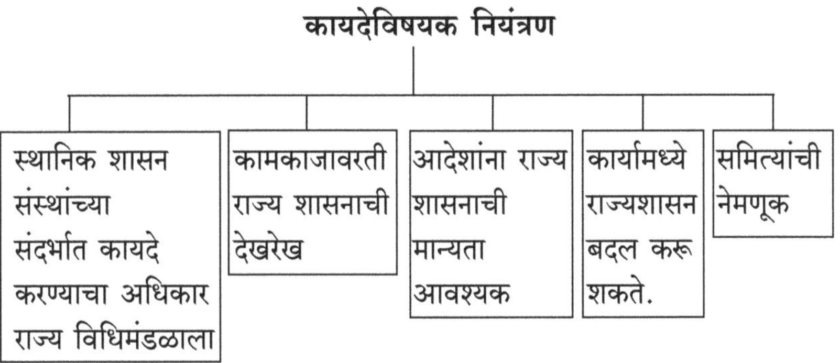

१) स्थानिक शासन संस्थांच्या संदर्भात कायदे करण्याचा अधिकार राज्य विधिमंडळाला

स्थानिक स्वराज्य संस्था हा विषय राज्यसूचीमध्ये आहे. राज्यघटनेने केंद्र सरकार व राज्य सरकार यांच्यामध्ये कायदेविषयक सत्तेचे विभाजन केलेले आहे. राज्यसूचीतील विषयांवर कायदा करण्याचा अधिकार हा घटक राज्य सरकारला देण्यात आलेला आहे.राज्य विधिमंडळाच्या कायद्यानुसार स्थानिक शासन संस्थांची निर्मिती केली जाते. स्थानिक शासन संस्थांच्या संदर्भात कायदे करण्याची सत्ता राज्य विधिमंडळाला असते. या कायद्यांमध्ये बदल, सुधारणा करण्याचा अधिकारदेखील राज्य विधिमंडळाला असतो. या कायद्याची अंमलबजावणी कार्यकारी विभागाकडून केली जाते. तसेच कार्यकारी विभागाकडे

व्यापक कायद्याला असे पूरक नियम उपनियम तयार करण्याची सत्ता असते. या सत्तेचा उपयोग स्थानिक शासन संस्थावरती नियंत्रण ठेवण्यासाठी केला जातो. अशा नियम, उपनियमांच्या आधारे राज्य शासनाचे अस्तित्व स्थानिक शासन संस्थांच्या कारभारात दिसते.

२) कामकाजावरती राज्य शासनाची देखरेख

स्थानिक स्वराज्य संस्थांच्या कामकाजावरती राज्य शासन देखरेख ठेवते. या देखरेखीच्या माध्यमातून राज्य शासन स्थानिक स्वराज्य संस्थांच्या कामकाजावर नियंत्रण ठेवते.

३) आदेशांना राज्य शासनाची मान्यता आवश्यक

स्थानिक स्वराज्य संस्थांनी त्यांच्या कामकाजाच्या संदर्भात काढलेल्या आदेशांना राज्य शासनाची परवानगी किंवा मान्यता आवश्यक असते. राज्य शासन या माध्यमातूनदेखील स्थानिक स्वराज्य संस्थांच्या कामकाजावरती नियंत्रण ठेवते.

४) कामकाजामध्ये राज्य शासन बदल करू शकते

राज्य सरकार स्थानिक स्वराज्य संस्थांच्या सत्तेमध्ये, संघटनेमध्ये, कार्यामध्ये बदल करू शकते. बदलांमधूनदेखील स्थानिक स्वराज्य संस्थांवर राज्य शासनाचे नियंत्रण येते.

५) समित्यांची नेमणूक

राज्य शासन स्थानिक स्वराज्य संस्थांच्या संदर्भात विविध समित्याची नेमणूक करते. या समित्यांच्या माध्यमातून स्थानिक स्वराज्य संस्थांच्या कामकाजावर राज्य शासनाचे नियंत्रण येते.

३) प्रशासन विषयक नियंत्रण

स्थानिक शासनाच्या कारभारावरती राज्य शासनाचे प्रशासन विषयक नियंत्रण असते. स्थानिक शासनाच्या कार्याची पाहणी करणे, अहवाल मागवून घेणे तसेच काही विशिष्ट कार्य करण्यासंबंधी संमती देणे किंवा नाकारणे. स्थानिक शासनाचे अधिकार व सत्ता कमी करणे इत्यादी मार्गांनी राज्य शासन स्थानिक संस्थांवर प्रशासकीय नियंत्रण ठेवते. राज्य शासनाचा जिल्हा पातळीवरील प्रमुख अधिकारी म्हणजे जिल्हाधिकारी. या जिल्हाधिकाऱ्यांमार्फत राज्य शासन स्थानिक शासनावरती नियंत्रण ठेवते. स्थानिक शासन संस्थानी अंमलात आणावयाची धोरणे ही राज्य शासनांकडूनच निश्चित केली जातात. शिक्षणक्रम कोणता असावा? हे राज्य शासन ठरवते. त्याचा

स्वीकार स्थानिक संस्थांनी केला नाही तर त्यांना शिक्षणासाठी मिळणारे अनुदान राज्य शासन थांबवू शकते. स्थानिक संस्थांना आपल्या कार्यासंबंधी त्रैमासिक, सहा महिन्यांनी व वार्षिक अहवाल राज्य शासनाकडे पाठवावा लागतो. त्याची छाननी करून आवश्यक त्या सूचना राज्य शासन करते. स्थानिक शासन संस्था आपल्या जबाबदाऱ्या योग्यरित्या पार पाडत नसेल किंवा कार्यक्षमतेने कार्य करीत नसतील तर राज्य शासन त्यावरती आपला प्रशासक नेमू शकते किंवा नवीन निवडणुकीची घोषणा करून पुढील व्यवस्था करू शकते.

१) स्थानिक स्वराज्य संस्थांमधील कर्मचाऱ्यांच्या नेमणुका, बढती, बदली राज्य शासनाद्वारे केल्या जातात. राज्य शासनाचे या कर्मचारी वर्गावर नियंत्रण असते.
२) स्थानिक स्वराज्य संस्थांनी केलेले ठराव जन हिताच्या विरोधी जर असतील तर ते ठराव राज्य शासन रद्द ठरविते.
३) राज्य शासन स्थानिक स्वराज्य संस्थांमधील वेगवेगळ्या विभागांना कार्य करण्याच्या संदर्भात सल्ला देते, मार्गदर्शन करते, वेळोवेळी परिपत्रके काढते व या माध्यमातूनदेखील राज्य शासनाचे स्थानिक स्वराज्य संस्थांवरती नियंत्रण येते.
४) राज्य शासन नियमितपणे निरीक्षकाद्वारे स्थानिक स्वराज्य संस्थांच्या कामाची तपासणी करते. तसेच, अशा तपासणीच्याद्वारे स्थानिक स्वराज्य संस्थांच्या कामकाजावरती राज्यशासन नियंत्रण ठेवते.
५) राज्य शासन नियम, उपनियम, कायदे उपकायदे, मार्गदर्शक तत्त्वे, योजना, ठराव तयार करते.
६) दिशा निर्देशांना मान्यता देणे किंवा नाकारणे या माध्यमातून देखील राज्य शासन स्थानिक स्वराज्य संस्थांच्या कामकाजावरती नियंत्रण ठेवते.
७) विशिष्ट अधिकाऱ्यांची नेमणूक राज्य शासन करते व त्या माध्यमातून स्थानिक स्वराज्य संस्थांवरती स्वतःचे नियंत्रण प्रस्थापित करते.
८) राज्य शासन स्थानिक स्वराज्य संस्था विसर्जित करू शकते व निवडणुका घेण्याच्या संदर्भात आदेश देऊ शकते.
९) राज्य शासनाकडे आपत्कालीन अधिकार असतात व अशी आपत्कालीन परिस्थिती हाताळण्यासाठी राज्य शासन निर्णय घेण्याची सर्व सत्ता स्वत:कडे केंद्रित करते.

४) आर्थिक नियंत्रण

स्थानिक शासन संस्थांच्या आर्थिक बाबींवर राज्य शासनाचे नियंत्रण असते. त्यासंबंधी नियम तयार करणे, खर्चाला मान्यता देणे या माध्यमातून राज्य शासन

स्थानिक शासनावर नियंत्रण ठेवते. राज्य शासन हे स्थानिक शासनसंस्थाना वेगवेगळ्या प्रकारची अनुदाने देते. त्या अनुदानाच्या माध्यमातूनदेखील राज्य शासनाचे नियंत्रण स्थानिक शासन संस्थावरती येते. राज्य शासनाने घालून दिलेल्या नियमांचे पालन केले तरच अनुदान मिळते. त्यामुळे आर्थिक नियंत्रणाद्वारे राज्य शासन स्थानिक शासनसंस्थावरती स्वतःचे नियंत्रण प्रस्थापित करते.

५) नोकरवर्गासंबंधी नियंत्रण

स्थानिक शासन संस्थांना जो नोकर वर्ग उपलब्ध असतो. त्यावर राज्य शासनाचे नियंत्रण असते. या नोकर वर्गाच्या माध्यमातून राज्य शासन स्थानिक शासन संस्थावरती नियंत्रण प्रस्थापित करते.

६) न्यायालयीन नियंत्रण

न्यायालयाद्वारे स्थानिक स्वराज्य संस्थांच्या प्रशासनावरती प्रस्थापित केलेल्या नियंत्रणाला 'न्यायालयीन नियंत्रण' असे म्हणतात. ही न्यायालयाची सत्ता असते की ज्याद्वारे न्यायालय प्रशासकीय कामे कायद्याच्या मर्यादेत, नियंत्रणात किंवा हद्दीमध्ये ठेवते. चुकीच्या किंवा घटनाबाह्य कायद्यांना किंवा ज्या कायद्यापासून त्रास होत आहे अशा प्रशासनाच्या चुकीच्या कृत्यांना, कायद्याना न्यायालयात आव्हान देता येते. नागरिकांचे हक्क, स्वातंत्र्य रक्षणार्थ न्यायदान मंडळ स्थानिक स्वराज्य संस्थांनी केलेले कायदे रद्द ठरविते. अशा प्रकारे न्यायदान मंडळामार्फत स्थानिक स्वराज्य संस्था नियंत्रित केल्या जातात. स्थानिक स्वराज्य संस्थांनी केलेले कायदे न्यायदान मंडळाद्वारे रद्द केले जातात किंवा घटनाबाह्य किंवा अवैध घोषित केले जातात. तर काही वेळेस स्थानिक स्वराज्य संस्थांनी केलेले स्थानिक कायदे अधिकार क्षेत्राबाहेरचे आहेत म्हणून न्यायदान मंडळाद्वारे रद्द ठरविले जातात. या माध्यमातून न्यायदान मंडळ स्थानिक स्वराज्य संस्थांच्या कामकाजावर नियंत्रण ठेवते.

समारोप

स्थानिक पातळीवरती कार्य करण्यासाठी स्थानिक स्वराज्य संस्था निर्माण करण्यात आल्या. कलम २४३ (ग) चे मुख्य उद्दिष्ट म्हणजे सर्व स्तरावरती स्थानिक स्वराज्य संस्था स्थानिक कार्यकारी अधिकारी क्षेत्रासह स्थानिक स्वराज्य संस्था म्हणून काम करू शकतात. सामान्य मार्गदर्शन करण्याव्यतिरिक्त राज्य शासनाने स्थानिक स्वराज्य संस्थांच्या कार्यक्षेत्रावर कोणतेही नियंत्रण ठेवू नये. स्थानिक स्वराज्य संस्था व राज्य शासन यांनी समान भागीदार म्हणून कार्य करावे. केंद्र सरकार, राज्य सरकार विविध कार्यक्रमांमध्ये स्थानिक स्वराज्य संस्थांनी स्वायत्त संस्थांच्या भूमिकेतून किंवा एजन्सीच्या

भूमिकेतून भागीदार म्हणून काम करावे. परंतु राज्य सरकारचे कायदेविषयक, आर्थिक, प्रशासकीय नियंत्रण स्थानिक स्वराज्य संस्थांवरती येत असल्याने त्यांना स्थानिक पातळीवरती सक्षमपणे कार्य करण्यास मर्यादा येत आहेत. याप्रकारे स्थानिक स्वराज्य संस्थांवरील नियंत्रण स्पष्ट करता येते.

ब) स्थानिक स्वराज्य संस्थांवरील मर्यादा (Limitations of Local Self Government)

प्रस्तावना

७३ व ७४ व्या घटनादुरुस्तीने स्थानिक स्वराज्य संस्थांना घटनात्मक दर्जा दिला. तसेच राज्यघटनेमध्ये अनुसूची ११ व १२ समाविष्ट केली आहे व त्यामध्ये ग्रामीण व शहरी स्थानिक स्वराज्य संस्थांना कोणत्या विषयांच्या संदर्भामध्ये कार्य करावयाचे आहे, ते विषयदेखील नोंदविले गेले. त्यामुळे स्थानिक क्षेत्राचा विकास करण्याच्या संदर्भामध्ये या स्वराज्य संस्था स्वतःचा विकास आराखडा स्वतः तयार करून तो अमलात आणू शकतात. परंतु गेल्या पंचवीस वर्षांमध्ये स्थानिक स्वराज्य संस्थांना स्वतंत्र काम करण्याचा अधिकार मिळालेला दिसत नाही. तसेच स्थानिक स्वराज्य संस्थांना राजकीय अधिकार किती प्रमाणात दिले जातील ते अजूनही स्पष्ट झालेले नाही. यासारख्या अनेक मर्यादा स्थानिक स्वराज्य संस्थांवरील दिसून येतात.

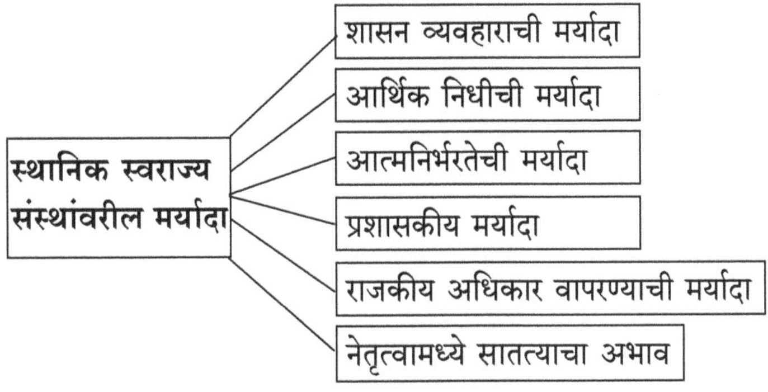

१) शासन व्यवहाराची मर्यादा

संपूर्ण भारतामध्ये ७३ व ७४ व्या घटना दुरुस्तीने ग्रामीण व शहरी स्थानिक स्वराज्य संस्थांना घटनात्मक दर्जा देण्यात आला तसेच राज्यघटनेमध्ये कलम २४३ (ग) समाविष्ट करून शहरी व ग्रामीण स्थानिक स्वराज्य संस्थांना कोणत्या विषयांच्या संदर्भामध्ये कार्य करता येईल हे विषयदेखील अंतर्भूत केले गेले. परंतु ७३ व ७४वी घटना दुरुस्ती होत असताना घटक राज्यसरकार यांनी केंद्र सरकारवर दबाव आणला.

ग्रामीण व शहरी स्थानिक स्वराज्य संस्थांना अनुसूची अकरा व बारा (११ व १२)मध्ये जे विषय समाविष्ट केलेले आहेत त्या विषयांपैकी कोणत्या विषया संदर्भात स्थानिक स्वराज्य संस्थांना अधिकार द्यावयाची हे ठरविण्याचा अधिकार राज्य शासनाला असला पाहिजे. स्थानिक स्वराज्य संस्थांना कोणते विषय द्यावयाचे, हा अधिकार राज्य शासनाने स्वतःकडे ठेवल्यामुळे घटक राज्य निहाय स्थानिक स्वराज्य संस्थांकडे असणाऱ्या विषयांमध्ये तफावत दिसते. केरळ, कर्नाटक, पश्चिम बंगाल या घटक राज्यांनी पंचायतराज संस्थांना दिलेल्या २९ विषयांपैकी सर्वच्या सर्व विषयांबाबतची सत्ता पंचायतराज या संस्थेला दिलेली आहे. दक्षिण भारतातील घटक राज्यांनी राज्यघटनेने दिलेले कार्य करण्याचे स्वातंत्र्य स्थानिक स्वराज्य संस्थांना पुरेशा प्रमाणात दिलेले दिसते, परंतु उरलेल्या घटक राज्यांनी मात्र फारच कमी विषय स्थानिक स्वराज्य संस्थांकडे दिलेले दिसतात. उत्तर प्रदेश, तेलंगणा या घटक राज्यांनी या २९ विषयांपैकी केवळ चार विषय स्थानिक स्वराज्य संस्थांना दिले आहेत. उत्तर भारत व मध्य भारत यामध्ये राज्य सरकारकडून स्थानिक स्वराज्य संस्थांना फार कमी प्रमाणामध्ये कार्य करण्याचे स्वातंत्र्य दिले जाते. राज्यघटनेने जे विषय स्थानिक स्वराज्य संस्थांकडे दिलेले आहेत, त्या विषयांबाबत कार्य करण्याचे स्वातंत्र्यदेखील राज्य सरकारकडून स्थानिक स्वराज्य संस्थांना मर्यादित केले जाते. याचाच अर्थ, घटक राज्य सरकार स्थानिक स्वराज्य संस्थांना शासन व्यवहार करण्याची पूर्णपणे मोकळीक देत नाही. राज्य शासनाच्या इच्छेनुसारच स्थानिक स्वराज्य संस्थांकडे कार्ये सोपवली जातात. त्यामुळे स्थानिक स्वराज्य संस्थांना कार्य करताना मर्यादा येते.

२) आर्थिक निधीची मर्यादा

राज्य सरकार स्थानिक स्वराज्य संस्थांना निधी देतानादेखील तो पुरेसा प्रमाणात देत नाही किंवा स्थानिक स्वराज्य संस्थांच्या गरजेनुसार तो निधी उपलब्ध होत नाही. स्थानिक स्वराज्य संस्थांना स्वतहाचा विकास आराखडा तयार करण्याचे स्वातंत्र्य दिले गेले आहे, परंतु तो विकास आराखडा अंमलात आणण्यासाठी लागणारा निधी किंवा पैसा राज्य सरकार देत नाही. ग्रामपंचायतही ग्रामसभेच्या माध्यमातून आपला ग्रामपंचायत विकास आराखडा तयार करून केंद्र सरकारला पाठवते तसेच राष्ट्रीय पंचायत पोर्टलवरतीदेखील हा ग्रामपंचायत विकास आराखडा अपलोड केलेला असतो, परंतु तो ग्रामपंचायत विकास आराखडा अमलात आणण्यासाठी लागणारा निधी ग्रामपंचायतीला मिळत नाही. १४ व्या वित्त आयोगाच्या शिफारशीनुसार केंद्र सरकारने पंचायतराज संस्थांना दोन हजार करोड रुपयांचा निधी उपलब्ध करून दिला आहे. त्यापैकी ९० टक्के 'मूलभूत फंड' आहे तर दहा टक्के हा 'कामगिरी फंड' आहे. या

निधीसाठी भारतातील २ लाख ४० हजार ग्रामसभांनी आपला ग्रामपंचायत विकास आराखडा तयार केला. तो बहुमताने संमत केला तसेच तो केंद्र सरकारला पाठवला. परंतु हा आराखडा अमलात आणण्यासाठी लागणाऱ्या निधीसाठी या स्थानिक स्वराज्य संस्थांना केंद्र सरकारवरती अवलंबून राहावे लागते. केंद्र सरकार निधी देईल तेव्हा त्यांना त्यांची अंमलबजावणी करावी लागते. त्यामुळे स्थानिक स्वराज्य संस्थांना ज्यावेळी गरज असते, त्यावेळी त्यांना तो निधी उपलब्ध होत नाही. आर्थिक दृष्ट्या केंद्र व राज्य सरकारवरती अवलंबून असणे ही स्थानिक स्वराज्य संस्थांची फार मोठी मर्यादा असल्याचे दिसून येते.

३) आत्मनिर्भरतेची मर्यादा

केंद्र सरकार 'आत्मनिर्भर भारत' या नाऱ्याअंतर्गत स्थानिक स्वराज्य संस्थांना देखिल 'आत्मनिर्भर स्थानिक स्वराज्य संस्था' करण्याचा नारा देते, परंतु प्रत्यक्षात भारतातील स्थानिक स्वराज्य संस्था आत्मनिर्भर नाहीत. त्यांच्या आत्मनिर्भरतेला मर्यादा आहेत ही वास्तविकता आहे. स्थानिक स्वराज्य संस्थांची आत्मनिर्भरताही आर्थिक स्वावलंबनातून, स्वायत्ततेतून येऊ शकते. परंतु आज स्थानिक स्वराज्य संस्था आर्थिक दृष्ट्या आत्मनिर्भर आहेत का? तर त्याचे उत्तर नकारार्थी द्यावे लागते. स्वराज्य संस्थांना आर्थिक मदतीसाठी केंद्र सरकार व राज्य सरकारच्या मदतीवरती अवलंबून राहावे लागते. स्थानिक स्वराज्य संस्थांना स्वतःचा पैसा किंवा आर्थिक निधी निर्माण करण्यासाठी स्वतःची संसाधने विकसित करावी लागणार आहेत. कराच्या रूपाने पैसा गोळा करणे, स्थानिक स्वराज्य संस्थांच्या सामुदायिक मालकीची जी संसाधने आहेत त्यामधून पैसा उभा करणे, तसेच स्थानिक स्वराज्य संस्था ज्या मूलभूत सोयी सुविधा देतात; त्या मूलभूत सोयी सुविधांवरती कर बसवून त्या माध्यमातून स्वतःचा पैसा निर्माण करणे, या गोष्टी स्थानिक स्वराज्य संस्था करू शकल्या तर त्यांना आर्थिक निधीसाठी केंद्र सरकार व राज्य सरकारच्या मदतीवरती अवलंबून राहावे लागणार नाही. स्वतःचा विकास आराखडा स्वतःला अंमलात आणण्याचे स्वातंत्र्य त्यांना उपभोगता येईल. परंतु आज स्थानिक स्वराज्य संस्थांना याबाबत मर्यादा दिसून येत आहे. कारण स्थानिक स्वराज्य संस्था स्वतःसाठी लागणारा पैसा स्वतः निर्माण करू शकत नाहीत. त्यामुळे आत्मनिर्भरतेची मोठी मर्यादा स्थानिक स्वराज्य संस्थांच्यापुढे निर्माण झालेली दिसते. ज्या स्थानिक स्वराज्य संस्थांकडे स्वतःची संसाधने विकसित करण्याची क्षमता जास्त आहे, त्या स्थानिक स्वराज्य संस्था प्रभावीपणे केंद्र सरकार व राज्य सरकारच्या नियंत्रणापासून दूर राहून कार्य करू शकत आहेत. केरळ, कर्नाटक, पश्चिम बंगाल, सिक्कीम या घटक राज्यांमधील

स्थानिक स्वराज्य संस्थांकडे स्वतःची संसाधने विकसित करण्याची क्षमता जास्त असल्यामुळे या स्थानिक स्वराज्य संस्थांना अधिक स्वायतत्ता व कार्य करण्याचे स्वातंत्र्य मिळालेले दिसते. याउलट बहुतांश घटक राज्यातील स्थानिक स्वराज्य संस्थांकडे स्वतःची संसाधने विकसित करण्याची क्षमता नाही. त्यामुळे त्यांच्यापुढे आत्मनिर्भरतेची मर्यादा निर्माण होताना दिसते.

४) प्रशासकीय मर्यादा

स्थानिक स्वराज्य संस्थांकडे स्वतःच्या मालकीची इमारत नाही, कार्यालय नाही तसेच तांत्रिक व प्रशासकीय नोकरवर्गदेखील नाही. त्यांच्याकडे स्वतःची संसाधने नाहीत, कोणत्याही प्रकारची कार्यालयीन व्यवस्था नाही, त्यामुळे स्थानिक स्वराज्य संस्थांना कार्य करण्यास मर्यादा येत असल्याचे दिसते. केंद्र शासन व राज्य शासन व्यवस्थेला ई-व्यवस्थेमध्ये परावर्तित करीत आहे, परंतु त्यासाठी लागणारे कुशल मनुष्यबळ या स्थानिक स्वराज्य संस्थांकडे उपलब्ध असलेले दिसत नाही. केंद्र सरकारने '२४ एप्रिल' हा दिवस 'पंचायतराज दिवस' म्हणून घोषित केलेला आहे. २४ एप्रिल २०२० रोजी पंतप्रधान नरेंद्र मोदी यांनी 'ई-ग्रामस्वराज्य पोर्टल' चे उद्घाटन केले या ई-ग्रामस्वराज्य पोर्टलद्वारे सर्व ग्रामपंचायतींना ई-शासनाद्वारे शासन व्यवहार करावा लागणार आहे. याच अर्थ ग्रामपंचायतींना तंत्रज्ञान, इंटरनेट या माध्यमातून कार्य करावे लागणार आहे. परंतु ग्रामपंचायतींकडे स्वतःचे कार्यालय, नोकरवर्ग उपलब्ध नाही. जो नोकरवर्ग उपलब्ध आहे त्यांच्याकडे तांत्रिक कौशल्य नाही. त्यामुळे या बदललेल्या तंत्रज्ञानाच्या युगाबरोबर स्वतःला जोडून घेण्याची मर्यादा स्थानिक स्वराज्य संस्थांपुढे निर्माण झालेली दिसते.

५) राजकीय अधिकार वापरण्याची मर्यादा

७३ व ७४ व्या घटनादुरुस्तीने स्थानिक स्वराज्य संस्थांना घटनात्मक दर्जा दिला, परंतु राजकीय अधिकार स्थानिक स्वराज्य संस्थांना राज्य सरकारने पूर्णपणे दिले नाहीत. स्थानिक स्वराज्य संस्थांचा राजकीय अधिकार वापरण्याबाबत राज्य सरकारने मर्यादा घातली. स्थानिक स्वराज्य संस्थांना त्यांच्या स्थानिक क्षेत्राचा विकास करण्याच्या संदर्भामध्ये निर्णय घेण्याचा अधिकार पूर्णपणे देण्यात आलेला नाही. केंद्र सरकार, राज्य सरकार, संसद सदस्य, विधानसभा सदस्य तसेच घटक राज्यातील नोकरशाही स्थानिक स्वराज्य संस्थांना राज्यघटनेने दिलेले राजकीय अधिकार देताना दिसत नाहीत. स्थानिक स्वराज्य संस्थांवर ते विश्वास ठेवू शकत नाहीत. स्थानिक स्वराज्य संस्थांना काम दिले तर ते काम करणार नाहीत, तसेच त्यांना निधी किंवा पैसा दिला तर त्याचा ते दुरुपयोग करतील. ज्या कामासाठी तो पैसा दिलेला आहे त्या

कामासाठी तो खर्च न करता दुसरीकडे खर्च केला जाईल. त्यामध्ये मोठ्या प्रमाणात भ्रष्टाचार निर्माण होऊ शकतो. अशी अनेक कारणे देऊन स्थानिक स्वराज्य संस्थांमधील प्रतिनिधींना राजकीय अधिकार वापरण्यापासून परावृत्त केले जाते. ७३ व ७४ व्या घटनादुरुस्तीनुसार महिला, ओबीसी, अनुसूचित जाती व अनुसूचित जमाती इत्यादींसाठी राजकीय सत्तादेखील आरक्षित केलेली आहे. म्हणजेच सरपंच ते महापौर पद या घटकांसाठी आरक्षित केले गेले. परंतु, या घटकांना औपचारिक राजकीय सत्ता मिळाली, पण ती सत्ता वापरण्याची ताकद मात्र दिली गेली नाही. स्थानिक स्वराज्य संस्थांना काम करण्याचा स्वतंत्र अधिकार दिला जात नाही. स्वतःच्या स्थानिक क्षेत्राबाबतचे निर्णय घेणे, त्याबाबतची प्राथमिकता ठरविणे हे अधिकार त्यांना नाकारले जातात. कोणत्याही गावांमध्ये विशिष्ट समस्या आहे व ती समस्या सोडवण्यासाठी सरपंचाला निर्णय घेण्याचा, आराखडा तयार करण्याचा, त्यासाठी लागणारा पैसा तसेच कार्य करण्याचे स्वातंत्र्य दिले जात नाही. निर्णय घेण्याचा अधिकार नाही, पैसा नाही, नियंत्रण नाही; परंतु पद मात्र आहे, अशा अवस्थेमध्ये स्थानिक स्वराज्य संस्थांमध्ये पद मिळूनदेखील कार्य करता येत नाही, ही फार मोठी मर्यादा निर्माण झालेली दिसते.

६) नेतृत्वामध्ये सातत्याचा अभाव

७३ व ७४ व्या घटनादुरुस्तीने महिला, ओबीसी, अनुसूचित जाती व अनुसूचित जमाती या घटकांना आरक्षण दिले गेले. त्यामुळे या घटकांची राजकीय भागीदारी दिसून येते. परंतु एक वेळेस निवडून आल्यानंतर दुसऱ्यांदा आरक्षण बदलले जाते, त्यामुळे निवडून येण्याची शक्यता कमी होते. याचा परिणाम म्हणून नेतृत्वामध्ये सातत्य राहत नाही. किवा स्थानिक नेतृत्वाचा विकास होत नाही. उदाहरणार्थ, आरक्षणामुळे महिला या घटकाचा राजकीय सहभाग ५० टक्क्यांपर्यंत वाढलेला दिसतो परंतु महिला नेतृत्व मात्र विकसित होताना दिसत नाही. स्थानिक स्वराज्य संस्थांमध्ये नेतृत्व विकसित झाले तरीसुद्धा ते नेतृत्व बोनसायसारखे घडते. म्हणजेच स्वतंत्रपणे नेतृत्व घडताना दिसत नाही. स्थानिक स्वराज्य संस्था या नेतृत्वाच्या पाठशाळा आहेत, असे म्हटले जाते, परंतु प्रत्यक्षात असे घडताना दिसत नाही. स्थानिक स्वराज्य संस्थांच्या नेतृत्वामध्ये सातत्य नसणे ही एक मर्यादा निर्माण झालेली दिसते.

क) स्थानिक स्वराज्य संस्थांपुढील आव्हाने (Challenges before Local Self Government)

प्रस्तावना

स्थानिक स्वराज्य संस्थांपुढे स्थानिक पातळीवर कार्य करतांना विविध स्वरूपाची आव्हाने निर्माण होताना दिसतात. या आव्हानांमुळे स्थानिक स्वराज्य संस्था प्रभावीपणे स्थानिक पातळीवरती कार्य करू शकत नाहीत किंवा त्यांच्या कार्यक्षमतेवरती याचा परिणाम होताना दिसतो. स्थानिक स्वराज्य संस्थांना प्रशासकीय आर्थिक, सामाजिक, राजकीय अशा विविध स्वरूपाच्या आव्हानांना सामोरे जावे लागत आहे. स्थानिक पातळीवरती लोकशाही प्रक्रिया अधिक सुदृढ होण्याच्या ऐवजी लोकशाहीकरणाच्या प्रक्रियेमध्ये समस्या निर्माण होत आहेत.

स्थानिक स्वराज्य संस्थांपुढील आव्हाने

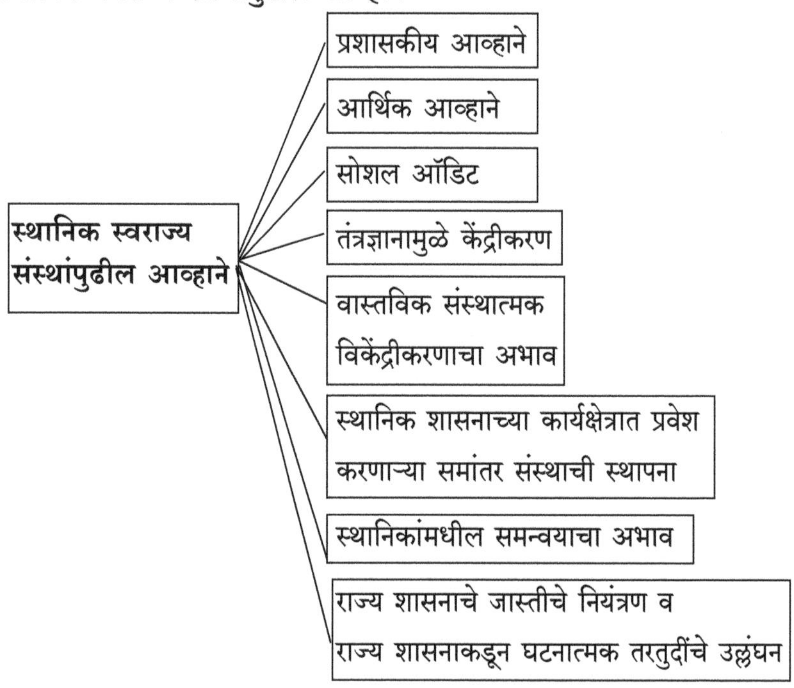

१) प्रशासकीय आव्हाने

स्थानिक स्वराज्य संस्थांना ७३ व ७४ व्या घटनादुरुस्तीने घटनात्मक दर्जा दिला, त्यांच्या अधिकारांमध्ये वाढ करण्यात आली व त्यांच्या निवडणुका नियमितपणे होऊ लागल्या. मोठ्या प्रमाणात निर्णय निश्चितीचा अधिकार स्थानिक स्वराज्य संस्थांना

मिळाला. परंतु तरीदेखील स्थानिक स्वराज्य संस्थांना प्रभावीपणे कार्य करता येत नाही. स्थानिक स्वराज्य संस्थांच्या यशामध्ये सर्व घटकांचा सहभाग महत्त्वाचा असतो. स्थानिक स्वराज्य संस्थांच्या विकासामध्ये अंमलबजावणीचा घटक म्हणून प्रशासनाची भूमिका अत्यंत महत्त्वाची आहे. नोकरशहा व अधिकारी यांच्यामध्ये समन्वयाचा अभाव आहे. हे एक स्थानिक स्वराज्य संस्थांपुढील आव्हान आहे. तसेच स्थानिक स्वराज्य संस्थांच्या कामाची व्याप्ती अधिक आहे. केंद्र सरकार व राज्य सरकार यांच्या अनेक योजना स्थानिक स्वराज्य संस्थांच्या विकासासाठी आहेत. परंतु त्या योजनांची अंमलबजावणी करण्यासाठी लागणारा पुरेसा कर्मचारी वर्ग स्थानिक स्वराज्य संस्थांकडे उपलब्ध नाही. याचाच अर्थ, स्थानिक स्वराज्य संस्थांकडे मूलभूत कामे करण्यासाठीदेखील कर्मचारी वर्ग उपलब्ध नाही. अपुरा कर्मचारी वर्ग तसेच कमी दर्जाचे कर्मचारी, अपुरी कार्यालयीन जागा व पायाभूत सुविधा बाबतच्या अडचणी, यामुळे स्थानिक स्वराज्य संस्थांच्या कारभारामध्ये उथळपणा निर्माण होत आहे. प्रशासकीय आव्हानांमुळे स्थानिक स्वराज्य संस्थांना प्रभावीपणे कार्य करता येत नाही. तसेच बहुतांश कर्मचाऱ्यांची नेमणूक उच्चस्तरीय विभागांकडून होते, त्यामुळे स्थानिक स्वराज्य संस्थांना ते जबाबदार असत नाहीत. हे कर्मचारी उभ्या विभागीय प्रणालीचा भाग म्हणून कार्य करतात, परंतु ते कर्मचारी स्थानिक स्वराज्य संस्थांना जबाबदार राहून कार्य करताना दिसत नाहीत.

२) आर्थिक आव्हाने

स्थानिक स्वराज्य संस्था आर्थिक दृष्ट्या सक्षम नाहीत त्यांना स्थानिक क्षेत्राचा विकास करण्यासाठी केंद्र व राज्य सरकारच्या आर्थिक मदतीवर अवलंबून राहावे लागते. त्यामुळे आपोआपच त्यांच्यासमोर आर्थिक आव्हान निर्माण होताना दिसते. कोणतीही विकास योजना राबविण्यासाठी निधीची, पैशाची गरज असते. स्थानिक स्वराज्य संस्थांकडे स्थानिक पातळीतील विकासासाठी लागणारा निधी किंवा पैसा उपलब्ध नसल्याने त्यांच्यापुढे आर्थिक टंचाई निर्माण होताना दिसते. वित्त व निधी अभावी विकास कामांवर त्याचा परिणाम होताना दिसतो. ७३ व ७४ व्या घटना दुरुस्तीने राज्य वित्त आयोग स्थापन केला व त्या माध्यमातून स्थानिक स्वराज्य संस्थांची आर्थिक समस्या दूर करण्याचा प्रयत्न केला गेला. परंतु प्रत्यक्षात स्थानिक स्वराज्य संस्था आर्थिक दृष्ट्या सक्षम नसल्याने त्यांना खऱ्या अर्थाने कार्य करण्याचे स्वातंत्र्य उपलब्ध होत नाही. तळागळातील समस्यांबाबतच्या माहितीचा अभाव असल्याने पैसे व कार्यात असमान वितरण होताना दिसते. केंद्र सरकार व राज्य सरकार यांच्याकडून निधी मिळविताना त्यांना अनेक नियंत्रण किंवा बंधने स्वीकारावी

लागत आहेत. केंद्र व राज्य सरकारच्या मते, स्थानिक स्वराज्य संस्थांनी उत्पादन व रोजगार क्षेत्रात अधिक लक्ष केंद्रित करावे. तसेच कचरा व्यवस्थापन व तळागाळ पातळीवरील विविध सरकारी कार्यक्रमांच्या अंमलबजावणीच्या पारंपरिक भूमिकांव्यतिरिक्त उत्पादन व रोजगार क्षेत्रात स्थानिक स्वराज्य संस्थांनी काम करणे गरजेचे आहे. पंचायत व नगरपालिकांमध्ये सूक्ष्म व लघु उद्योगांचे विशेष विकास गट तयार करावेत. तसेच प्रत्येक स्थानिक स्वराज्य संस्थेने एक हजार पैकी पाच जणांसाठी रोजगार निर्माण करणे गरजेचे आहे. स्थानिक स्वराज्य संस्थांच्या प्रकल्पांकरिता अद्यावत तंत्रज्ञान व पद्धतीचा उपयोग करण्यासाठी विकास निधीपैकी निम्या टक्क्यांचा निधी हा एस बी सेन इंनोवेशन फंड म्हणून वेगळा करावा. ज्या स्थानिक संस्था विकास क्षेत्रातील सर्वोत्तम नावीन्यपूर्ण प्रकल्पाची रचना करतात, त्या स्थानिक स्वराज्य संस्थांना विशेष साहाय्य दिले जाते. राज्य वित्त आयोगाच्या शिफारशीनुसार विकास निधी, देखभाल निधी व सामान्य उद्देश निधीमध्ये वाढ करण्यात आली आहे. २०२१-२२ मध्ये स्थानिक स्वराज्य संस्थांना एकूण २५,६६० कोटी रुपये खर्चासाठी उपलब्ध करण्यात आले. (The Hindu, 15 January 2021). एवढ्या मोठ्या प्रमाणावर स्थानिक स्वराज्य संस्थांसाठी निधी उपलब्ध असला तरीसुद्धा उत्पादन, रोजगार क्षेत्रात कार्य करणे हे स्थानिक स्वराज्य संस्थांपुढील फार मोठे आव्हान आहे. स्थानिक स्वराज्य संस्थांचा महसूल अधिक बळकट करण्याचे तसेच स्थानिक स्वराज्य संस्थांचे कर आधार मजबूत करणे हे हेदेखील एक आव्हान आहे. स्थानिक स्वराज्य संस्थांना मिळणारा अधिक आर्थिक निधी वेळेवर मिळवणे आहे. स्वतःचे कर आणि वापरकर्ता शुल्क वाढविण्यासाठी सक्षमपणे बळकट कसे करता येईल हेदेखील त्यांच्यापुढील आव्हान आहे. शासनाच्या योजनांचा लाभार्थींपर्यंत फायदा होण्यासाठी मिळणारा आर्थिक निधी हा पुरेसा आणि वेळेत मिळणे महत्त्वाचे आहे. यामुळे प्रत्येक लाभार्थ्याच्या शेवटच्या स्तरापर्यंत स्थानिक स्वराज्य संस्थांना तो पोहोचवता येईल. कारण स्थानिक स्वराज्य संस्था पुरेश्या निधीअभावी त्या वेळेवर न मिळाल्यामुळे अनेक योजनांची अंमलबजावणी करू शकत नाहीत. त्यामुळे त्या लाभार्थ्यांच्या शेवटच्या स्तरापर्यंत पोहोचू शकत नाहीत. स्थानिक पातळीवर त्याचे नियोजन करण्यासाठी निधीनुसार संसाधनांचे व्यवस्थापन व संवर्धन कसे करावयाचे हे ही एक आव्हान स्थानिक स्वराज्य संस्थांपुढे निर्माण झालेले दिसते. शहरी व ग्रामीण स्थानिक स्वराज्य संस्थांनी त्यांच्या अधिकाराचा सक्षमपणे वापर केलेला दिसत नाही, कारण फारच थोड्या ग्रामपंचायती कर आकारतात आणि वसूलदेखील करतात (बाजार, जत्रा, मालमत्ता, व्यवसाय इ.).

३) सोशल ऑडिट

स्थानिक स्वराज्य संस्थांच्या कामकाजामध्ये पारदर्शकता येण्यासाठी सोशल ऑडिटच्या माध्यमातून स्थानिक पातळीवर निर्णय प्रक्रिया घडून आली पाहिजे. ग्रामसभेने सक्रिय सहभागाने स्थानिक क्षेत्राबाबतचे निर्णय घेतले पाहिजेत. त्यासाठी ग्रामसभेमध्ये सर्व गावातील नागरिकांचा सहभाग असला पाहिजे, तसेच ग्रामसभेचे कामकाज सुधारले गेले पाहिजे. महिला व दुर्बल घटकांचा; नियोजन अंमलबजावणी व कामगिरीचे पुनर्मूल्यांकन (सोशल ऑडिट) यामध्ये सहभाग असला पाहिजे. स्थानिक स्वराज्य संस्थांच्या कार्यक्षेत्रातील सर्वच भागधारकांचा सहभाग यामध्ये असला पाहिजे. स्थानिक स्वराज्य संस्थांच्या कार्याचे सोशल ऑडिट होणे गरजेचे आहे. सोशल ऑडिटमुळे पारदर्शकता व जबाबदारी वाढते. यामुळे लोकशाही मजबूत होते. सर्वच स्थानिक स्वराज्य संस्थांच्या कार्याचे सोशल ऑडिट करून त्यांची पारदर्शकता व जबाबदारी वाढविणे व त्या माध्यमातून लोकशाही अधिक स्थानिक पातळीवरती मजबूत करणे हे स्थानिक स्वराज्य संस्थांपातळीवरील मोठे आव्हान आहे.

४) तंत्रज्ञानामुळे केंद्रीकरण

स्थानिक स्वराज्य संस्थांना अधिक अधिकार देणे तसेच जास्तीतजास्त विकेंद्रीकरण घडवून आणणे, समाजातील सर्वात खालच्या स्तरावरती निर्णय निश्चितीचा अधिकार देणे, एकूणच राजकीय प्रक्रियेचे विकेंद्रीकरण समाजातील खालच्या किंवा शेवटच्या स्तरापर्यंत पोहोचविणे व त्याला राजकीय प्रक्रियेमध्ये सामील करून घेणे हे एक आव्हान स्थानिक स्वराज्य संस्थांच्या पातळीवर निर्माण झालेली दिसते. कारण केंद्र व राज्य सरकारने विविध कार्यक्रमांमध्ये व योजनांमध्ये स्थानिक जनतेचा सहभाग वाढविण्याच्या दृष्टिकोनातून भूमिका घेतलेली दिसते, परंतु समकालीन काळामध्ये केंद्र सरकारने तंत्रज्ञानाचा वापर करून सेवा पुरविण्याचे धोरण स्वीकारले. यामधून केंद्रीकरण घडून येताना दिसते आहे. तंत्रज्ञानातून मोठ्या प्रमाणावरती विकेंद्रीकरण संपुष्टात येत आहे व केंद्रीकरण्याची प्रवृत्ती वाढत आहे. उदाहरणार्थ, केंद्र सरकारने स्थापन केलेले ई-ग्रामस्वराज्य पोर्टल. भारतात लोकशाही विकेंद्रीकरण केवळ जिवंत आहे. प्रत्येक पाच वर्षात सुमारे ३२ लाख लोकप्रतिनिधी स्थानिक पातळीवरती निवडले गेले असूनही लोकशाहीमध्ये वाढ झाली नाही किंवा तिचा विस्तार झाला नाही. १४ व्या वित्त आयोगाच्या अभ्यासानुसार असे दिसून आले आहे की, पाणीपुरवठा, स्वच्छता, रस्ते, दळणवळण, पथदिव्यांची तरतूद आणि ग्रामपंचायतींना सामुदायिक मालमत्तांचे व्यवस्थापन या मुख्य पाच कामांच्या संदर्भात सर्वच राज्यांनी औपचारिक

सत्ता स्थानिक स्वराज्य संस्थांना दिलेली आहे. प्रत्यक्षात खरीखुरी सत्ता स्थानिक स्वराज्य संस्था पातळीवरती विकेंद्रित केलेली दिसत नाही. (टी. आर. रघुनंदन, The Hindu 9 September 2019).

५) वास्तविक संस्थात्मक विकेंद्रीकरणाचा अभाव

संपूर्ण भारतामध्ये स्थानिक स्वराज्य संस्था व पुढील वास्तविक संस्थात्मक विकेंद्रीकरणाचा अभाव हे एक मोठे आव्हान निर्माण झाले आहे. केरळ सारखे वास्तविक संस्थात्मक विकेंद्रीकरण कोणत्याही राज्यांमध्ये घडून आलेले दिसत नाही. म्हणजेच वास्तविक संस्थात्मक विकेंद्रीकरणाचा अभाव सर्वत्र दिसून येत आहे. केरळ राज्याइतकी लोकशाही इतर घटक राज्यांमध्ये विकसित झालेली दिसत नाही. वास्तविक संस्थात्मक विकेंद्रीकरण घडवून आणणे हे स्थानिक स्वराज्य संस्था पुढील आव्हान आहे.

६) स्थानिक शासनाच्या कार्यक्षेत्रात प्रवेश करणाऱ्या समांतर संस्थांची स्थापना

राज्य शासनाद्वारे स्थानिक शासनाच्या कार्यक्षेत्रात प्रवेश करणाऱ्या समांतर संस्थांची स्थापना होते. पालक मंत्री, वरिष्ठ नोकरशहा यासारख्या समांतर संस्था या स्थानिक सरकारच्या कार्यक्षेत्रात प्रवेश करणाऱ्या तयार केल्या जातात. उदाहरणार्थ, हरियाणामध्ये मुख्यमंत्र्यांच्या अध्यक्षतेखाली पंचायतीच्या कार्यक्षेत्रात प्रवेश करण्यासाठी ग्रामीण विकास संस्था तयार केली आहे. या समांतर संस्थांची कायदेशीर मान्यताही विकेंद्रित लोकशाही कमकुवत किंवा दुर्बल करण्याच्या प्रक्रियेस कायदेशीर करते. १९९३ मध्ये स्थानिक क्षेत्र विकास योजना सुरू करण्यात आली. स्थानिक क्षेत्र विकास योजनेमध्ये संसद सदस्यांना वाढीव वाटप दिले गेले. राज्य पातळीवर त्यास एमपीएलएडीएस (MLALADS) म्हणून ओळखले जाते. या हस्तक्षेपामुळे स्थानिक पातळीवरील लोकशाही प्रक्रिया संपुष्टात येते, तसेच स्थानिक पातळीवरील निर्णय प्रक्रियादेखील संपुष्टात येते.

७) स्थानिकांमध्ये समन्वयाचा अभाव

दीर्घ मुदतीच्या फायद्यासाठी तसेच विविध योजनांच्या अंमलबजावणीसाठी स्थानिक लोक आणि प्रशासन यांच्यामध्ये समन्वय आणि सहकार्य प्रस्थापित करून एकत्रितपणे कार्य करणे ही प्रक्रिया स्थानिक स्वराज्य संस्था पातळीवरती घडून येताना दिसत नाही. त्यामुळे विशिष्ट लक्ष्य प्राप्त करण्यासाठी या सर्व घटकांचे सहकार्य कसे प्रस्थापित करावयाचे, हेदेखील स्थानिक स्वराज्य संस्थांपुढील आव्हान आहे. प्रदेश, धर्म, जात अशा विविध घटकांबाबत स्थानिक नागरिकांमध्ये समन्वयाचा अभाव

दिसून येतो. याचा परिणाम स्थानिक स्वराज्य संस्थांच्या कार्यक्षमतेवर, विकास कामांवर होतो. स्थानिक स्वराज्य संस्थांच्या कार्यक्षेत्रामध्ये लोकशाहीमूल्ये प्रस्थापित करणे तसेच सामाजिक सलोखा अबाधित राखणे हेदेखील स्थानिक स्वराज्य संस्थांनापुढील आव्हान आहे.

८) राज्य शासनाचे जास्तीचे नियंत्रण तसेच राज्य शासनाकडून घटनात्मक तरतुदींचे उल्लंघन

स्थानिक स्वराज्य संस्थांना सल्ला देणे, मार्गदर्शन करणे, याबाबत राज्य शासनाचे नियंत्रण आवश्यक आहे. परंतु यापेक्षा जास्त नियंत्रण राज्य शासनाचे स्थानिक स्वराज्य संस्थांवर असल्याने स्थानिक स्वराज्य संस्थांमध्ये भ्रष्टाचार मोठ्या प्रमाणावर निर्माण होताना दिसतो. तसेच पक्ष धार्जिणेपणा वाढीस लागताना दिसतो. त्यामुळे राज्य शासनाचे जास्तीचे नियंत्रण हे स्थानिक स्वराज्य संस्थांपुढील एक आव्हान आहे. स्थानिक स्वराज्य संस्थांच्या निवडणूका वेळेत न होणे किंवा त्या निवडणुका पुढे ढकलणे इत्यादी तसेच राज्य वित्त आयोग आणि जिल्हा नियोजन समितीची स्थापना करणे यामध्ये अपयश आलेले दिसते. अनुसूची अकरा व बारामध्ये ज्या विविध तरतुदी दिलेल्या आहेत, त्या तरतुदींचे राज्य सरकारकडून उल्लंघन होताना दिसते. आसाम, हिमाचल प्रदेश, तामिळनाडू, केरळ या घटक राज्यांनी आपला पाचवा राज्य वित्त आयोग अहवाल सादर केला आहे तर बहुतांश घटक राज्यांनी अजूनही तिसरा राज्य वित्त आयोग अहवालदेखील सादर केलेला नाही. याचाच अर्थ, घटक राज्य सरकारे, राज्यघटनेच्या आदेशांचे, राज्यघटनेमधील तरतुदींचे उल्लंघन करताना दिसत आहेत. एकूणच सर्वच घटक राज्ये स्थानिक स्वराज्य संस्थांना पुरेसा आर्थिक निधी देत नाहीत, कार्यकारी अधिकार देत नाहीत तसेच राज्य सरकारकडून स्थानिक स्वराज्य संस्थांकडे गांभीर्याने पाहिले जात नाही. त्यामुळे राज्यभर स्थानिक स्वराज्य संस्थांच्या बाबतीतील अंमलबजावणी समान पद्धतीने होत नाही.

सारांश :

७३ व ७४ व्या घटनादुरुस्तीने ग्रामीण व शहरी स्थानिक स्वराज्य संस्थांना जरी घटनात्मक दर्जा दिलेला असला तरीदेखील स्थानिक स्वराज्य संस्थांपुढे प्रशासकीय, आर्थिक आव्हाने तसेच सोशल ऑडिटचा अभाव, तंत्रज्ञानामुळे केंद्रिकरण, वास्तविक संस्थात्मक विकेंद्रीकरणाचा अभाव, स्थानिक शासनाच्या कार्यक्षेत्रात प्रवेश करणाऱ्या समांतर संस्थांची स्थापना, राज्य शासनाचे जास्तीचे नियंत्रण व राज्य शासनाकडून घटनात्मक तरतुदींचे उल्लंघन यांसारखी अनेक आव्हाने निर्माण झालेली आहेत.

सराव प्रश्न

अ) दिर्घोत्तरी प्रश्न

१) स्थानिक स्वराज्य संस्थेवरील राज्य शासनाचे नियंत्रण स्पष्ट करा.
२) स्थानिक स्वराज्य संस्थेवरील राज्यशासनाचे कायदेविषयक नियंत्रण स्पष्ट करा.
३) स्थानिक स्वराज्य संस्थेवरील राज्यशासनाचे प्रशासकीय नियंत्रण स्पष्ट करा.
४) स्थानिक स्वराज्य संस्थेवरील मर्यादा स्पष्ट करा.
५) स्थानिक स्वराज्य संस्थेपुढील आत्मनिरर्भरतेची मर्यादा स्पष्ट करा.
६) स्थानिक स्वराज्य संस्थेपुढील राजकीय अधिकार वापरण्याची मर्यादा स्पष्ट करा.
७) स्थानिक स्वराज्य संस्थांपुढील आव्हाने स्पष्ट करा.
८) स्थानिक स्वराज्य संस्थांपुढील आर्थिक आव्हाने स्पष्ट करा.
९) स्थानिक स्वराज्य संस्थांपुढील तंत्रज्ञानाचे आव्हान स्पष्ट करा.
१०) सोशल ऑडिट संकल्पना स्थानिक शासनाच्या संदर्भात स्पष्ट करा.

ब) बहुपर्यायी प्रश्न

१) स्थानिक शासन ..... चे अपत्य असते.

उत्तर: राज्य शासन

२) स्थानिक शासन हा विषय कोणत्या सूचित येतो?

उत्तर: राज्यसूची

३) स्थानिक शासन संस्थांना वार्षिक अहवाल कोणाला सादर करावा लागतो?

उत्तर: राज्य शासनाला

४) स्थानिक शासनाच्या संदर्भात कायदा करण्याचे अधिकार कोणाला आहेत?

उत्तर: राज्य शासनाला

५) स्थानिक शासन संस्थामधील कर्मचाऱ्यांच्या नेमणूका, बढती, बदली करण्याचा अधिकार कोणाला आहे?

उत्तर: राज्य शासनाला

६) ग्रामपंचायत विकास आराखडा कोणाच्यामार्फत तयार केला जातो?

उत्तर: ग्रामसभेमार्फत

७) कोणता दिवस पंचायतराज दिवस म्हणून साजरा केला जातो?

उत्तर: २४ एप्रिल

८) ग्रामपंचायतींना ई - शासनाद्वारे शासन व्यवहार करण्यासाठी केंद्र शासनाने

कोणते पोर्टल सुरू केले आहे.

उत्तर: ई - ग्रामस्वराज्य पोर्टल

९) स्थानिक स्वराज्य संस्थाच्या कार्याचे सोशल ऑडिट केल्यामुळे कोणता बदल होतो.

उत्तर: पारदर्शकता व जबाबदारी वाढते.

१०) स्थानिक शासनाच्या कार्यक्षेत्रात प्रवेश करणाऱ्या कोणत्या समांतर संस्था स्थापन केल्या जातात.

उत्तर: पालक मंत्री, वरिष्ठ नोकरशहा

११) कोणत्या घटक राज्यामध्ये सर्वात जास्त वास्तविक संस्थात्मक विकेंद्रीकरण झालेले आहे.

उत्तर: केरळ

१२) राज्य शासन कोणत्या उद्देशाने स्थानिक संस्थांच्या कारभारावरती नियंत्रण ठेवते?

उत्तर: स्थानिक शासनाकडून सत्तेचा वापर लोककल्याणासाठी व्हावा.

१३) राज्य शासनाचा जिल्हा पातळीवरील प्रमुख अधिकारी कोण असतो?

उत्तर: जिल्हाधिकारी

१४) स्थानिक शासनाच्या प्रशासनावरती न्यायालयाद्वारे स्थापित केलेल्या नियंत्रणाला काय म्हटले जाते?

उत्तर: न्यायालयीन नियंत्रण

१५) स्थानिक शासन संस्थांना आत्मनिर्भरता कशातून येवू शकते?

उत्तर: आर्थिक स्वावलंबन व स्वायतत्ता

परिशिष्ट – १

महाराष्ट्रातील स्थानिक स्वराज्य संस्था

अ. क्र.	विभाग	क्षेत्रफळ स्के.कि.मी.	लोकसंख्या संख्या	जिल्हाची संस्था	महानगर पालिका	नगर पालिका	नगर पंचायत	जिल्हा परिषद	पंचायत समिती	ग्रामपंचायत	एकूण
१)	कोकण	३०७२८	२४८३८३०	७	९	२२	२१	५	४५	३०१४	३११६
२)	नाशिक	५७४४०	१५७३६७८४	५	५	४०	१७	५	५४	४९७२	५०९३
३)	पुणे	५७२७५	१९९९७७७८	५	५	५०	१६	५	५७	५६४९	५७८२
४)	औरंगाबाद	६४८१३	१५६२९२४८	८	४	५०	२५	८	७६	६५८२	६७४५
५)	अमरावती	४६०३५	९९४८३६६	५	२	४०	१६	५	५६	३९१०	४०२९
६)	नागपूर	५१२८६	१०६८२६२१	६	२	३९	३३	६	६३	३६५५	३७९८
	एकूण	३०७५७७	९६८७८६२७	३६	२७	२४१	१२८	३४	३५१	२७७८२	२८५६३

(संदर्भ – mahasec.maharastra.gov.in)

पारिभाषिक शब्दावली

Community Development Programme – सामुदायिक विकास योजना

Election Reforms – निवडणूक सुधारणा

Evolution – विकास

Local Finance – स्थानिक वित्त

Local Self Government – स्थानिक स्वराज्य संस्था/स्थानिक शासन संस्था

Municipal Corporation – महानगरपालिका

Municipal Council – नगरपरिषद

Participation – सहभाग

Post-Independence Period – स्वातंत्र्यपूर्व कालखंड

Rural Local Bodies – ग्रामीण स्थानिक संस्था

State Election Commission – राज्य निवडणूक आयोग

State Finance Commission – राज्य वित्त आयोग

Urban Local Bodies – शहरी स्थानिक संस्था

73rd Amendment – ७३वी घटनादुरुस्ती

74th Amendment – ७४वी घटनादुरुस्ती

संदर्भसूची

१) बाचल वि.मा. व सुधाकर नायगावकर, १९७९, भारतातील स्थानिक शासन, सुविचार प्रकाशन, पुणे.

२) कापडनीस द.गो., १९६३, पंचायतराज प्रशासन (भाग-१), पुणे.

३) कुलकर्णी अ.ना., २००० भारतातील स्थानिक स्वशासन, विद्या प्रकाशन, नागपूर.

४) व्होरा राजेंद्र व सुहास पळशीकर, (संपा.)१९८७, राज्यशास्त्र कोश, दास्ताने प्रकाशन, पुणे.

५) खांदवे एकनाथ, २००९ महाराष्ट्राचे शासन आणि राजकारण, आरती प्रकाशन, कर्जत.

६) घारे पी.श्री., १९७३, भारतीय प्रशासन, राणे प्रकाशन, पुणे.

७) जैन अशोक, १९९८, महाराष्ट्राचे शासन आणि राजकारण, सेठ प्रकाशन, मुंबई.

८) मंगुडकर मा. प., महाराष्ट्रातील जिल्हा परिषदेची घटना, प्रकाशन वर्ष, स्थळ छापले नाही.

९) एस. के. डे, १९६४, पंचायतराज, गुड कम्पॅनिअन्स, बडोदे.

१०) दादासाहेब जगताप (प्रकाशक), १९६२, जिल्हा परिषद, विचार विकास मंडळ, सातारा.

११) मो. क. गांधी, १९५९, पंचायतराज, नवजीवन मुद्रणालय, अहमदाबाद.

१२) मंगुडकर मा. प. १९६२, लोकशाही विकेंद्रीकरण आणि स्थानिक नेतृत्व, गोखले अर्थशास्त्र संस्था, पुणे.

१३) गर्गे स. मा. १९६२, महाराष्ट्र जिल्हा परिषद व पंचायत समिती कायदा १९६१, राणे प्रकाशन, पुणे.

14) All India Institute of Local Self Government, 2006, Maharashtra Municipal Councils and Nagar Panchayats Election Rules, 1966: With Notes, Case Law and Comments, All India Institute of Local Self Government, Mumbai.

15) Dhariwal S.S., 2004, Good Governance in Local Self Government, Deep and Deep Publication, New Delhi.

16) Lele Jayant, 1965, Role of Local Government in Rural Development, Cornell University.

17) Nagaraja Rao, G. Sai Prasad, 2007, Accountability of Urban Local Governments in India, Atlantic Publisher, New Delhi.

18) Prasad R.N., 2006, Urban Local Self Government in India, Mittal Publication, New Delhi.

19) Rajadhyaksha N. D., 1975, Municipal Councils in Maharashtra, All India Institute of Local Self Government, Mumbai.

20) Sachdeva Pradeep, Local Government in India, Pearson, New Delhi.

21) Sharma O.P., 1988, Financial Relations between Centre, States and Local-Self Governments in India, Atlantic Publishers, New Delhi.

22) Sivaramakrishnan K.C. (Edit), 2006, People's Participation in Urban Governance, Concept Publishing Company, New Delhi.

23) Rural Maharashtra - Asaga of Developments Rural Development Depanment, Government of Maharashtra, 24 April 2013.

24) Oommen. M.A., Strengthening the Federal link, The Hindu, 22 Auguest 2018.

25) Oommen M. A. Local Democracy in Disarry, The Hindu, May 2018.

26) Mohindra Singh, Vijay Kumar, State control over Panchayatiraj

Institutions, The Indian Journal of Political Science, Vol. LXVI, No - 2, Apr. June 2005.

27) Mishra S.N., S.S. Singh, 1993, Roads to Model Panchayati Raj, Mittal Publications, New Delhi.

28) Datye, S. N., Panchayati Raj in Maharashtra State, Dynamics of New Panchayatiraj System in India, Vol. II, G-Palanithurai (Editor), 2002, Concept Publishing Company, New Delhi.

29) M. Pinto, Urban Governance in India - Spotlight on Mumbai, New Forms of Urban Govermance in India shifts models, Networks and contestations, I.S.A. Baud, J.Dewity 2008, Sage Publications, New Delhi.

30) Singh Vijandra, 2003, Panchayati Raj and Village Development (Vol.3), Perspectives on Panchayati Raj Administratin, Sarup and Sons New Delhi.

31) Maira Arun, Enabling People to Govern Themselved, The Hindu 14 July 2020.

32) Rohit Kumar, Slef-reliant Panchayats, Self-reliant Bharat, The Indian Express, 27 May 2020.

33) T. R. Raghunandan, Throttled at the Grassroots, The Hindu Septemeber 2019.

32) mahasec.maharashtra.gov.in

www.ingramcontent.com/pod-product-compliance
Ingram Content Group UK Ltd.
Pitfield, Milton Keynes, MK11 3LW, UK
UKHW041826200726
13854UKWH00002BA/581

9 789391 948085